பேசாத நாள்

(திருமுறை மலர்கள்)

கி.வா. ஜகந்நாதன்

Title: Pesatha Naal

Author: Ki. Va. Jagannathan

Language: Tamil

First Published on: 1954

Year of Publication: 2024

Book Format: Paperback

*Page Size: 6inch * 9inch*

Category: Essays

Subject: Religious Essays

No. of pages: 114

ISBN: 978-81-988814-3-4

Published by: Nilan Publishers, Madurai, Tamilnadu, India

பொருளடக்கம்

குறிப்புகளுக்காக

முன்னுரை

திருநாவுக்கரசர் தேவாரங்களின் கடைசித் திருமுறையாகிய ஆறாந் திருமுறையிலிருந்து எடுத்த பதின்மூன்று பாசுரங்களுக்குரிய விளக்கக் கட்டுரைகளை இந்தப் புத்தகத்திற் காணலாம். ஆறாந் திருமுறையில் 99 பதிகங்களும் 981 பாடல்களும் இருக்கின்றன. இந்தப் பதிகங்கள் யாவும் திருத்தாண்டகங்கள்.

திருத்தாண்டகம் என்பது யாப்பினாற் பெற்ற பெயர். தாண்டகம் என்பது ஒருவகைச் செய்யுளுக்குரிய பெயர். அது குறுந்தாண்டகம் என்றும், நெடுந்தாண்டகம் என்றும் இருவகைப் படும். அறுசீர் அடிகள் நான்கு அளவொத்து முடிவது குறுந் தாண்டகம் என்றும், எண் சீரடிகள் நான்கு அளவொத்து அமைவது நெடுந்தாண்டகம் என்றும் பெயர் பெறும்.

"மூவிரண் டேனும் இருநான் கேனும்
சீர்வகை நாட்டிச் செய்யுளின் ஆடவர்
கடவுளர்ப் புகழ்வன தாண்டகம்; அவற்றுள்
அறுசீர் குறியது; நெடியதுஎண் சீராம்"

அறுசீர் எண்சீர் அடிதான் கொத்தங்கு
இறுவது தாண்டகம்; இருமுச் சீரடி
குறியது; நெடியது இருநாற் சீரே"

என்று இதன் இலக்கணத்தைப் பன்னிரு பாட்டியல் என்னும் இலக் கண நூல் கூறுகிறது.

'இருபத்தேழ் எழுத்து முதலாக உயர்ந்த எருத்தடியினவாய் எழுத்தும் குரு லகுவும் ஒத்து வருவன அளவியற்றாண்டகம் எழுத்து ஒவ்வாதும், எழுத்தலகு ஒவ்வாதும் வருவன அளவழித் தாண்டகம்' என்று யாப்பருங்கல விருத்தி உரையாசிரியர் இலக்கணம் எழுதுவார் *(சூ. 95, உரை.)*

முன்னுள்ள இலக்கணத்தின்படி இத் திருமுறையில் உள்ள பாடல்கள் நெடுந்தாண்டகத்தின்பாற் படும். பின்னுள்ள இலக்கணத்தின்படி அவை அளவியற்றாண்டக மாகும்.

யாப்பருங்கலக்காரிகைப்படி இவை எண்சீர்க்கழி நெடிலடி யாசிரிய விருத்தத்துள் அடங்கும். அரையடிக்குக் காய்ச்சீர் இரண்டும் மாச்சீர் இரண்டும் வந்த விருத்தங்கள் இவை. சில பாடல்கள் இந்த வரையறையினின் று மாறுபட்டும் இருக்கும். எண்சீர் விருத்தம் என்ற சட்டத்துக்குள் அடைக்க வேண்டு மென்று கருதித் திருத்தாண்டகப் பாடல்களைத் திருத்துவது முறையன்று. ஆன்றோர்கள் வாக்கை அப்படி அப்படியே வைத்துப் பாதுகாத்து, இலக்கணத்தில் அதற்கு அமைதி உண்டா என்று தேடிப் பார்த்துப் பொருத்திக்கொள்ள வேண்டும். இல்லை யெனின் அதற்கு அதுவே இலக்கணமாகக் கொள்ள வேண்டும்

"இலக்கியம் கண்டதற்கு இலக்கணம் இயம்பலின்" என்பது எவ்வகை இலக்கணங்களுக்கு ஏற்புடைய விதி. பண்டை இலக்கணங்களில் ஆன்றோர் இலக்கியங்களைக் கண்டு விதிகளை வகுத்தார்கள் புலவர்கள். அந்த விதிகளில் அடங்காதவற்றுக்குப் புற நடை வகுத்தார்கள். அவை போதா என்று ஆரிடம்,

ஆரிடப் போலி என்பன போலச் சில போக்குகளைக் காட்டியிருக்கிறார்கள். இவ்வளவுக்கும் காரணம் முந்தையோர் இலக்கியங்களை நாம் இயற்றும் இலக்கணத்துக்குப் புறம்பானவை யென்று தள்ளிவிடக் கூடாது என்பதுதான்.

தாண்டகம் பாடுவதில் அப்பர் சுவாமிகள் மிகச் சிறந்தவர். அதனால் அவருக்குத் தாண்டக வேந்தர், தாண்டகச் சதுரர் என்ற திருநாமங்கள் வழங்கலாயின. திவ்யப் பிரபந்தத்தில் திருமங்கை மன்னன் பாடியுள்ள நெடுந்தாண்டகப் பாக்களைத் திரு நெடுந் தாண்டகத்தில் காணலாம். திருநாவுக்கரசருடைய தாண்டகப் பாக்கள் மனத்தை உருக்குவன. அவர் பாடிய பலவகைப் பாடல்களில் தாண்டகம் இறைவனுடைய பெருமையை விரி வாகச் சொல்ல இடந்தருவது. அதனால் மனமுருக்கும் வகையில் அடுக்கடுக்காகத் தொடுத்துச் சொல்லுகிறார் வாகீசர்.

ஆறாந் திருமுறையில் 64 தலங்களைப் பற்றிய பாடல்கள் வரு கின்றன. திருவாரூருக்குப் பதினொரு பதிகங்கள் இருக்கின்றன. திருவதிகைக்கு ஐந்தும், திருவீழிமிழலைக்கு நான்கும், திருக்கயிலாயத்துக்கு மூன்றும் உள்ளன. இரண்டு பதிகங்களைப் பெற்ற தலங்கள் எட்டு. க்ஷேத்திரக்கோவை, அடைவுதிருத்தாண் டகம் என்ற இரண்டும் பல தலங்களைச் சொல்லுகின்றன. எந்தத் தலத்தைப்பற்றியும் இன்றிப் பொது வகையில் அமைந்த தாண்டகங்கள் ஆறு இத் திருமுறையில் அமைந்துள்ளன.

இந்தப் புத்தகத்தில் விளக்கம் பெறும் பதின்மூன்று பாடல்களில் பதினொரு தலங்கள் வருகின்றன.

ஆரூரைப்பற்றிய மூன்று பாடல்கள் இதில் இடம் பெற்றுள்ளன.

பாடல்களின் பொருளை வெவ்வேறு வகையில் வெளிப் படுத்த எண்ணி, வினாவிடையாகவும் காட்சி வருணனையாகயும் வேறு வகையாகவும் இந்தக் கட்டுரைகளை எழுதினேன். அன்பர்கள் இந்த வரிசையை ஆதரித்து எழுதும் கடிதங்களும், ஊக்க மளித்துக் கூறும் வார்த்தைகளும் இறைவன் திருவருளை நினைக்கச் செய்கின்றன.

மயிலாப்பூர்
29-7-54

கி. வா. ஜகந்நாதன்

பேசாத நாள்

மனிதராகப் பிறந்தவர்கள் பேச்சு என்னும் பெரு வரத்தைப் பெற்றிருக்கிறார்கள், பெற்ற அதைத் தக்க வண்ணம் பயன்படுத்த வேண்டும். அறிவுடையவன் என்று பெருமை கொள்ளும் மனிதன் தனக்கு அகப்பட்ட எல்லாவற்றையும் நன்கு பயன்படுத்திக் கொள்வதுதா முறை. வேறு பிராணிகளுக்குக் கிடைக்காத வாக்கை நன் முறையிலே பயன்படுத்தினால் அவர்கள் மனிதர்களாக வாழ்ந்தார்கள் என்று சொல்லலாம். காலுடையவன் நடந்தால்தான் காலுடையவன் என்பதற்கு உரியவன் ஆவான். அப்படியே, வாயுடையவன் பேசினால்தான் அவன் வாயுடைய மனிதன் என்று சொல்வதற்குத் தகுதி உடையவன் ஆவான்.வாயுடையவன் மனிதன்; மற்றப் பிராணிகள் எல்லாவற்றையும் வாய் இல்லாத பிராணிகள் என்று சொல்கிறோம்.

பேசுகிறவன்தான் மனிதன் ; நல்லதைப் பேசுவதுதான் பேச்சு; ஆகையால் நல்லதைப் பேசுபவன்தான் மனிதன் என்று சொல்லவேண்டும்.

"சொல்லுக சொல்லிற் பயனுடைய"

என்று குறள் கூறுகிறது.

நல்லதைப் பேசுகிற நாளை, மனிதப் பிறவியை நன்கு பயன்படுத்திய நாள் என்று சொல்லலாம். அப்படிப் பேசாத நாளைப் பயன் பெறாத நாள் என்னலாம்.அதையே இன்னும் அழுத்தமாகச்

சொன்னால் பிறவா நாள் என்று சொல்லிவிடலாம். அப்பர் சுவாமிகள் அப்படித்தான் சொல்கிறார்.

பேசாத நாள் எல்லாம் பிறவா நாளே என்கிறார்.

முன்னால் ஒன்றும் சொல்லாமல், பேசாத நாள் எல்லாம் பிறவா நாளே என்று சொல்லியிருந்தால், எப்போதும் வழ வழவென்று பயனில்லாத வார்த்தைகளைப் பேசுகிறவர்களை யெல்லாம் உயர்ந்த மனிதர்களாகக் கொள்ள வேண்டி வரும். திருநாவுக்கரசர் அப்படிச் சொல்லுவாரா? இன்னவாறு பேசவேண்டும் என்று தெரிந்து கொண்டவர் அவர்.

எதை எதையோ பற்றிப் பேசுகிறோமே, அந்தப் பேச்சினால் பெரிய பயன் ஒன்றும் இல்லை. ஆனால் இறை வனைப் பற்றிப் பேசும் பேச்சு நல்ல பயனைத் தரும். விருப்பு வெறுப்பு இல்லாத இன்ப நிலையைத் தரும். அதைச் சொல்ல வருகிறார்.

சிதம்பரமாகிய பெரும்பற்றப் புலியூருக்குப் போய் நடராசப் பெருமானைத் தரிசித்து இன்புற்றார் நாவுக்கரசர். அப்போது அவருக்கு இந்த எண்ணம் தோன்றியது. என்ன என்னவோ பேசிப் பொழுது போக்குகிறார்களே மனிதர்கள். பேசப் பெரிதும் இனிய பெருமானாகிய இறை வனுடைய புகழைப் பற்றிப் பேசத் தெரியவில்லையே! பேசப் பேசக் குறைவு படாமல் எல்லை யின்றிப் பெருகும் புகழ் அல்லவா அவன் புகழ்? அவனைப் பேசாத பேச்சும் ஒரு பேச்சா? அவனைப் பேசாத நாளும் ஒரு நாளா? என்று எண்ணினார். இறைவனுடைய இயல்புகளைச் சற்றே

சிந்திக்கப் புகுந்தார். அவன் அறிவதற்கரிய நுண்ணிய பொருளாக இருப்பதை எண்ணிப் பார்த்தார்; அவ்வாறு தாலும் அன்புடையாருக்கு இன்பம் தரும் அநுபவப் பொருளாக இருப்பது நினைவுக்கு வந்தது; பலவகைத் தேவர்களாக இருக்கும் இயல்பையும் நினைவுக்குக் கொண்டு வந்தார். உலகில் உள்ள ஐம் பெரும் பூதங்களாக இருப்பதைச் சிந்தனை செய்தார். இன்னும் எண்ண எண்ண விரியும் இயல்புகளை யெல்லாம் அவர் உள்ளம் முகந்து உணர்ந்து மகிழ்ந்தது; அவற்றைப் பாடத் தொடங்கினார்.

இறைவன் அரிய பொருள்; நுட்பமான பொருள். இந்த இயல்பை ஐந்து வகையாகச் சொன்னார். அவன் புலன்களால் அறிவதற்கு அரியவன்; அந்தணருடைய சிந்தையிலே கருத்துப் பொருளாக நிற்பவன்; பொருள் அறிவதற்கரிய வேதத்தினுள்ளே இரகசியப் பொருளாக இருப்பவன்; நுட்பப் பொருளாகிய அணுவாக இருப் பவன்; யாருக்கும் தெரியாத் இயல்பை உடையவன். இவ்வாறு பாடினார்.

அரியானை அந்தணர்தம் சிந்தை யானை
அருமறையின் அகத்தானை அணுவை யார்க்கும்
தெரியாத தத்துவனை.

இறைவன் அரிய பொருளாக இருந்தால் நமக்குப் யயன் என்ன? அவன் அரிய பொருளே யன்றி இல்லாத பொருள் அன்று. தன்னைத் தொழுது அன்பு செய்வார் நுகரும் இன்பப் பொருளாகவும் அவன் இருக்கிறான். எல்லோருக்கும் எளிதாகக் கிடைக்கும் பொருள் ஒருவனுக்குக் கிடைத்ததானால் அது பெரிது அன்று. மிக மிக அரிய பொருள் சிலருக்குக் கிடைக்கும் பொருளாக இருந்தால்

மற்றவர்களுக்கும் அதைப் பெற வேண்டும் என்ற ஆவல் உண்டாகும். யார்க்கும் தெரியாத தத்துவனாகிய அவன் அன்புடையாருக்குத் தேனாக இனிக்கிறான்; பாலாக இனிக்கிறான். அவனுடைய அருள் பெற்ற பின் உலகத்துப் பொருள்களின் உண்மை புலனாகிறது. சூரியனது ஒளி யினால் இருளில் ஒன்றும் தெரியாமல் இருந்த பொருள்களெல்லாம் தெளிவாகத் தெரிவதைப் போல இறைவனுடைய திருவருள் பெற்ற பிறகு காணும் காட்சியே வேறாக இருக்கிறது. இறைவன் அந்தக் காட்சிக்குரிய ஒளியாக விளங்குகிறான்.

தேனைப் பாலைத் திகழ்ஒளியை.

கடவுள் அறியவனாகவும் இனியவனாகவும் இருப்ப தோடு பல மூர்த்திகளாகவும் இருந்து உலகைக் காப்பாற்றுகிறான். தேவர்களுக்கு அரசனாகிய இந்திரனாகவும் கரிய திருமாலாகவும் பிரமனாகவும் இருக்கிறான்.

தேவர்கள்தம் கோனை
மற்றைக் கரியானை நான்முகனை.

தெரிவதற்கு அரிய பொருளாக இருத்தல், அன்புடையாருக்குத் தேனும் பாலுமாக இருத்தல், மூர்த்திகளாக இருத்தல் என்ற மூன்று நிலையும் யாவராலும் எளிதிலே காணமுடியாதவை.

அவ்வாறின்று எல்லோருமே கடவுளின் இருப்பை உணர வகை உண்டு. உலகவாழ்க்கையில் மனிதனுக்கு இன்றியமையாத கனலாகவும் காற்றாகவும் இருப்பவன் அவனே; கடலாகவும் மலையாகவும் இருப்பவன்

அவனே.ஐம்பெரும்பூதங்களாக நிற்பவன் அவன். கனல் தேயு; காற்று வாயு; கடல் அப்பு; மலை பிருதிவி; பெரும் பற்றப் புலியூராகிய சிதம்பரமோ இறைவன் வெளியாகி விளங்குவதைக் காட்டும் தலம். இந்த ஐந்து பூதங்களும் இயற்கையின் மூலப் பொருள்களாகும்.

கனலைக் காற்றைக் ற்றைக்
கனைகடலைக் குலவரையைக் கலந்து நின்ற
பெரியானைப் பெரும்பற்றப் புலியூ ரானை.

அரிய பொருளாகவும் அனுபவப் பொருளாகவும் மூர்த்திகளாகவும் இயற்கையாகவும் எழுந்தருளியிருக்கும் இறைவனைப் பேசும் பேச்சே பேச்சு. அந்தப் பேச்சைப் பேசும் நாளே வாழும் நாள்; அல்லாத நாள் வாழாத நாள்; பிறவாத நாள்.

அரியானை அந்தணர்தம் சிந்தை யானை
அருமறையின் அகத்தானை அணுவை யார்க்கும் தெரியாத
தத்துவனைத் தேனைப் பாலைத்
திகழ்ஒளியைத் தேவர்கள்தம் கோனை மற்றைக்
கரியானை நான்முகனைக் கனலைக் காற்றைக்
களைகடலைக் குலவரையைக் கலந்து நின்ற
பெரியானைப் பெரும்பற்றப் புலியூ ரானைப்
பேசாத நாள்எல்லாம் பிறவா நாளே.

[உணர்வதற்கு அருமையானவனை, அந்தணருடைய சிந்தையில் தியானப் பொருளாய் இருப்பவனை, அரிய வேதத்தின் உட்பொருளாய் உள்ளவனை, எத்தகைய வன்மை உடைய வருக்கும் தெரியாத

இயல்புடையவனை, தன்னை அடைந்தவர் களுக்குத் தேனைப் போலவும் பாலைப் போலவும் இனிய பொருளாய் இருப்பவனை, விளங்குகின்ற சோதியை, தேவர் களுக்கு அரசனாக உள்ளவனை, கரிய நிறமுள்ள திருமாலாக இருப்பவனை, நான்முகனாக விளங்குபவனை, கனலாகவும் காற்றா கவும் ஒலிக்கின்ற கடலாகவும் பெருமையையுடைய மலையாகவும் எங்கும் கலந்து நிற்கும் பெரிய பெருமானை, பெரும்பற்றப் புலியூ ராகிய தில்லையில் உள்ளவனைப் பேசாத நாட்கள் எல்லாம் பிற வாத நாட்களே ஆகும்.

மற்றை - மேலே சொன்ன பொருளன்றி வேறாகிய. - கரியான் - திருமால். கனை - ஒலிக்கும்.]

கனல் முதலிய நான்காலும் நான்கு பூதங்களை உணர்த்திப் பெரும் பற்றப் புலியூரான் என்பதனால் ஆகாசத்தையும் பெற வைத்தார்.

இப்பாடல் ஆறாம் திருமுறையின் முதல் பதிகத்தில் உள்ள முதல் திருத்தாண்டகம்.

திருவடிச் சிறப்பு

சிவபெருமானுடைய அடியைப் பாடுவதில் அடியவர் களுக்கு ஆனந்தம் அதிகம். அவனுடைய திருவடியே பற்றுக்கோடென்று கிடப்பவர்களாதலின் அதன் அழகையும் ஆற்றலையும் பெருமையையும் நினைந்து நினைந்து இன்ப ஊற்றெழிக் களித்திருப்பார்கள். திருநாவுக்கரசர் ஒரு திருத் தாண்டகப் பதிகம் முழுவதிலும் திருவதிகை வீரட்டத்தில் எழுந்தருளியிருக்கும் பெருமானுடைய திருவடியைப் பாராட்டியிருக்கிறார். அப்பதிகத்துக்குத் திருவடித் திருத்தாண்டகம் என்று பெயர் வைத்து வழங்குவர்.

சிவபெருமானுடைய திருவடியை நினைக்கும்போதே இன்பம் மல்குகிறது. அதன் மணம் உள்ளத்தே மணக்கிறது.

நறுமலராய் நாறும் மலர்ச் சேவடி

என்று ஆர்வத்தோடு சொல்கிறார் அப்பர். 'நறுமலர் என்றாலே மணமும் மலரும் இருக்கின்றன. அவருடைய அன்பு பெருகுகிறது. அப்படிச் சொல்வதோடு நில்லாமல் 'நாறும் மலர்ச் சேவடி என்று பின்னும் வற்புறுத்திச் சொல்கிறார். தலையால் வணங்குவார் முடிமிசையே திகழும், மலர் அது; சிந்தையால் நினைப்பார் உள்ளே மணக்கும் நறுமலர் அது.

நறுமலர் போல மணமல்கும் அந்தத் திருவடி அன்பர்கள் உள்ளக் கமலத்தில் மெத்தென்று எழுந்தருளி யிருந்தாலும் அதன் வல்லபத்தை என்னவென்று

சொல்வது! உலகத்தையெல்லாம் இயங்கும்படி செய்கிறது அந்த அடி ; தான் நடந்து உலகத்தை நடத்துகிறது. எந்த எந்தக் காலத்தில் எவ்வெப் பொருள்கள் எவ்வெவ்வாறு தோன்றி இயங்கவேண்டுமோ அவ்வவ்வாறு நடைபெறும்படி செய்யும் ஆற்றலை உடைய அடி அது. உலகத்தை நடாத்தும் அரசன் நடுநிலையில் நின்று நலம் செய்தாரை நாட்டியும் தீமை செய்தாரை வீட்டியும் ஆட்சி புரிவதுபோல இறைவன் திருவடியும் நடுநிலையில் நின்று எல்லாவற்றையும் நடத்துகிறது.

நடுவாய் உலகம் நடாய அடி.[1]

உலகத்தை நடத்தும் பொறுப்பை மேற்கொண்டதாத லால் உலகம் விளங்குவதற்கு வேண்டிய பொருள்களை அமைக்கும் ஆற்றலும் அதற்கு உண்டு. உலகத்தைத் தம் ஒளியால் விளக்கும் கதிரவனும் திங்களுமாக நிற்பது இறைவன் திருவடிதான்.

செறிகதிரும் திங்களுமாய் நின்ற அடி.

சுடர்கள் மூன்று. அவை சூரியன் சந்திரன் அக்கினி என்பவை. சூரியனும் சந்திரனும் பூமிக்குப் புறம்பே நின்று ஒளி தருகின்றன. அக்கினியோ நிலத்தின் எல்லைக்குள்ளே நெருப்பாகவும் விளக்காகவும் இருந்து பயன் தருகிறது. கதிரும் திங்களும் நிலத்துக்கு வெளியே

1'நடுவாய் உலகம்நா டாய் அடி' என்பது ஒரு பாடம். எல்லா வற்றிற்கும் நடுநிலையில் இருந்து உலகமாகவும் அதில் உள்ள நாடுகளாகவும் ஆன அடி என்று பொருள் கொள்ளவேண்டும்.

திகழும் ஒளிகள். தீத்திரளோ உள்ளே திகழ்வது. அப்படித் திகழும் தீயும் இறைவனுடைய திருவடிதான்.

தீத்திரளாய் உள்ளே திகழ்ந்த அடி

சூரிய சந்திராக்கினிகளாக நிற்கும் திருவடி அக் கதிர்களின் மாசினைப் போக்கும் தன்மை உடையது.

வீட்டில் விளக்கை ஏற்றுபவன் அதைத் துடைத்துச் சுத்தமாக்குவதுபோல மூன்று கதிரில் களங்கத்தையுடைய தாகிய சந்திரனை இறைவன் தன் திருவடியால் மாசு நீக்கினான். தக்க யாக சங்கார காலத்தில் மதியைத் தன் திருவடியால் தேய்த்தான். திருவடியின் தொடர்பு எந்த வகையில் கிடைத்தாலும் மாசு தீர்வது உறுதியாதலால் சந்திரனுக்கு இருந்த குறை போயிற்று. அது இறை வனுடைய திருமுடிக் கண் அணியாக விளங்குகின்றது.

மறுமதியை மாசு கழுவும் அடி.

புறத்தே தோன்றும் இருளைப் போக்க மூன்று சுடர் களாகத் திருவடி இருக்கிறது என்றார். இந்தச் சுடர்களால் போகாத இருள் வேறு ஒன்று உண்டு. அது அகவிரு ளாகிய அறியாமை; அஞ்ஞானம். அதனைப் போக்க வேதமும் ஆகமமும் உதவுகின்றன. வேதத்தை மந்திர மென்றும் ஆகமத்தைத் தந்திரமென்றும் கூறுவது வழக்கம். புற இருளை நீக்கும் முச்சுடராக நிற்பது போலவே அகவிருளைப் போக்கும் வேதாகமங்களாக நின்று நிலவுகிறது இறைவன் திருவடி .

மந்திரமும் தந்திரமும் ஆய அடி

இப்படியெல்லாம் விளங்கும் திருவடியை உடையவன் சிவபெருமான். அவன் கெடில நதியின் கரையிலே திரு வதிகை வீரட்டானத்தில் எழுந்தருளியிருக்கிறான். வளஞ் செறிந்த கெடில நதி பாயும் நாட்டுக்குத் தலைவனும், திருவீரட்டானத்தில் எழுந்தருளியிருக்கும் செல்வனு மாகிய சிவபெருமானுடைய திருவடி அழகும் ஆட்சியும் ஒளி தரும் ஆற்றலும் உடையது என்று பாடுகிறார் திருநாவுக்கரசர்.

நறுமலராய் நாறும் மலர்ச்சே வடி
நடுவாய் உலகம் நடாய அடி
செறிகதிரும் திங்களுமாய் நின்ற அடி
தீத்திரளாய் உள்ளே திகழ்ந்த அடி
மறுமதியை மாசு கழுவும் அடி
மந்திரமும் தந்திரமும் ஆய அடி
செறிகெடில நாடர் பெருமான் அடி
திருவீரட்டானத்தெம் செல்வன் அடி.

[நறிய மலராகிய மணம்வீசும் மலரைப் போன்ற சிவந்த திருவடி; நடுநிலையில் நிற்பதாய் உலகத்தை நடத்திய திருவடி; கிரணங்கள் செறிந்த கதிரவனும் திங்களுமாகி நின்ற திருவடி; தீப்பிழம்பாய் நிலப்பரப்பினுக்குள்ளே விளங்கிய திருவடி; களங்கத்தையுடைய சந்திரனை மாசு நீக்கும் திருவடி; வேதமும் ஆகமமுமாகிய திருவடி; வளம் செறிந்து கெடில் நாட்டுத்தலைவன் திருவடி, திருவதிகை வீரட்டானத்தில் எழுந்தருளியிருக்கும் எம் முடைய செல்வனது அடி.

பெருமானடி, செல்வன் அடி இத்தகையது என்று கூட்டிப் பொருள் செய்ய வேண்டும்.

மலர்ச் சேவடி - பொலிவையுடைய சிவந்த அடி என்றும் பொருள் கூறலாம். நடாய -நடத்திய; நடப்பன நடாஅய்" என்பது திருவாசகம். கதிர்-சூரியன். தீத்திரள் - தீப்பிழம்பு. மறு - களங்கம். கழுவும்- போக்கும். மந்திரம் - வேதம். தந்திரம் ஆகமம். செல்வன் - அருட் செல்வத்தை உடையவன்; எல்லாச் செல்வத்தையும் உடையவன் என்றும் சொல்லாம்.]

மலராய் அடியார் உள்ளத்தே மலர்ந்து மணந்து, நடுநின்ற ஆணைப் பொருளாய் உலகை ந த்தி,சுடர் களாய் ஒளி தந்து புறவிருளை நீக்கி, வேதாகமங்களாய் நின்று அகவிருளைப் போக்குவது றைவன் திருவடி என்பது இதன் திரண்ட பொருள்.

இது ஆறாம் திருமுறையில் ஆறாம் திருப்பதிகத்தில் எட்டாவது பாட்டு.

கண்ணில் உள்ளவன்

"இறைவன் எங்கே இருக்கிறான்? அவனைக் காண முடியுமா?" என்று கேட்கிறது மனம்.

"உன்னிடத்திலே இருக்கிறான்.உனக்குத் தெரியாமலே ஒளிந்து நிற்கிறான்" என்கிறார் அப்பர்.

"எனக்குத் தெரியவில்லையே! எனக்குள்ளே உள்ளதைக் காண்பது அரிதுதான். எனக்கு அயலாக உள்ள இடத்தில் இருந்தால் காண்பது எளிது. அப்படி எங்கேயாவது இருக்கிறானா?" என்று உசாவுகிறது மனம்.

"எத்தனையோ இடங்களில் இருக்கிறான்.உனக்கு அண்மையிலே இருக்கிறான். வணங்குவதற்குரிய தலையின் மேல் இருக்கிறான். தலை வணங்கினாலும் வணங்காவிட்டாலும் அதன் மேல் நின்று தலைவனாக என்றும் விளங்குகிறவன் அவன்தான்.

மனம் அதையும் தெளிந்து கொள்ளவில்லை."இன்னும் எனக்கு அருகில் உள்ள எங்காவது இருக்கிறானா?" என்று கேட்கிறது.

"பேசும் வாக்கில் உள்ளான்" என்று விடை வருகிறது. மனம் வாக்குக் காயம் என்னும் மூன்று கரணத்திலும் கலந்து நின்று யாவரையும் இயக்கும் இறைவ னுடைய சிறப்பை அப்பர் சுவாமிகள் அறிவுறுத்தினார்,

மனத்தகத்தான் தலைமேலான் வாக்கிள் உள்ளான்.

"உன்னில் இருக்கிறான், உன்னைச் சார்ந்த இடங்களில் இருக்கிறான்" என்று சொல்லியும் தெரிந்து கொள்ளாத மனத்துக்குப் பின்னும் சொல்லுகிறார்."

"அருகில் இருக்கிற பொருளின் அருமை தெரியாதது உலகத்தின் இயல்பு. புழைக்கடை மூலிகை மருந்துக்கு. உதவாது. அதுவே காட்டில் இருந்தால் அரியது என்று எடுத்து வருவார்கள். உனக்கு அருகில் இறைவன் இருப்பது புலப்படவில்லை என்பது உலகத்தோடு ஒத்த இயல்பு தான். இனி அவன் இருக்கும் வேறு இடங்களை, உனக்கு அயலாகிய இடங்களைச் சொல்கிறேன், கேள்" என்று தொடங்குகிறார்.

"எப்போதும் இறைவனுடைய திருவடிப் புகழை வாய் நிரம்ப வஞ்சகமின்றி நாணமின்றிப் பாடுகிற தொண்டர்களை நீ பார்த்திருக்கிறாயா? அந்தத் தொண்டர் கூட்டத்திலே அவன் கலந்திருப்பான். அவர்கள் கூட்டத்துக்குள்ளே இருப்பான்."

வாய்ஆரத் தன்அடியே பாடும் தொண்டர் இனத்தகத்தான்.

"இந்த இனத்தினரும் நம்முடனே தானே இருக்கிறார்களென்று நீ நினைத்துப் புறக்கணிக்கலாம். இந்த உலகத்துக்கு அப்பாலே அவன் இருக்கும் இடத்தைச் சொல்கிறேன். தேவலோகம் தெரியுமா, உனக்கு? அதைப் பற்றிக் கேட்டிருப்பாயே. அங்குள்ள தேவர்களுக்கு இடுக்கண் தீர்க்கும் பெருமான் அவன். அவர்கள் எப்போதும் இறைவனை வணங்கி வழிபட்டுக்கொண்டே இருப்பார்கள். அவர்களுடைய தலையின் மேல் நிற்கும் தலைவன் அவன்."

இமையவர்தம் சிரத்தின் மேலான்.

மனம் மயங்கி நின்றது. "உன்னிடம் இருக்கிறான். நீ உள்ள வீடாகிய உடம்பில் வேறு பகுதிகளில் இருக்கிறான். உடம்பு பழகும் ஊரில் உள்ள தொண்டர் கூட்டத்தில் இருக்கிறான் நீ உள்ள உலகத்துக்கு அப்பாலுள்ள தேவலோகத்தில் தலைவனாக இருக்கிறான்" என்று இறைவன் வர வரத் தூரத்தில் இருப்பதை உணர்த்தியும், மனம் இன்னும் தூரம், இன்னும் தூரம் என்று எட்டிப் பார்த்தது.

ஒவ்வொன்றாகச் சொல்லிக்கொண்டே போவதற்கும் அளவு இல்லையா? அடுத்தபடி இவ்விடம், அடுத்தபடி இவ்விடம் என்று சொல்லிக்கொண்டே வந்தவர், "உனக்குத் தெரிந்த இடங்களுக்கெல்லாம் அப்பால் இருக்கிறான்" என்று சொல்லி விடுகிறார். "உன்னுடைய கணக்கிலே அகப்பட்டவை ஏழு உலகம்; அண்டம் ஏழு, இறைவன் அவற்றிற்கும் அப்பால் இருப்பவன். அந்த அப்பால் என்பதை எப்படி நீட்டிக் கொண்டாலும் அங்கெல்லாம் அவன் இருக்கிறான்" என்று மனத்தின் யாத்திரைக்கு முடிவு கட்டி விடுகிறார்.

ஏழ்அண்டத்து அப்பாலான்.

என்று "ஏழண்டத்துக்கும் அப்பாற்பட்டவன்" சொன்னவுடன் மனம் தாள் அளப்பதற்குரிய அண்டங்களையெல்லாம் சிந்தித்துப் பார்த்தது. அவற்றிற்கும் அப்பால், அவற்றிற்கும் அப்பால் என்ற இந்தச் சிந்தனை யாத்திரையை முடிவின்றி நடத்திக்கொண்டே இருக்கலாம் அல்லவா?

இப்போது மனத்துக்கே சலிப்பு வந்துவிட்டது. அப்பால், அப்பால் என்று போய்க்கொண்டிருப்பதில் பயனில்லை என்று கண்டுகொண்டது. வெளியே திரிய திரிய முயற்சி விரிகிறது; இடம் விரிகிறது; காலம் விரிகிறது; லட்சியமும் கைக்கு எட்டாமல் எட்ட எட்டத் போகிறது. உள்ளே நுழைய நுழைய முயற்சி ஆழ்கிறது; இடம் சுருங்குகிறது; காலம் நழுவுகிறது ;லட்சியத்துக்குள்ளே ஆழும் நிலை வருகிறது. அப்பால், அப்பால் என்று அகன்று செல்வதில் பயன் இல்லை. இப்பால், இப்பால் என்று ஆழ்ந்து செல்வதில்தான் பயன் உண்டு.

மனத்துக்கு ஓரளவு தெளிவு பிறந்தது. அப்பர் சுவாமிகள் காட்டிய வழியில் மீண்டு வந்தது. இறைவன் ஏழண்டத்துக்கு அப்பாலானவன்; ஆனாலும் கருணையினால் இமையவர் தம் சிரத்தின் மேல் இருப்பவன்; பின்னும் இறங்கி வந்து தொண்டர் இனத்து அகத்தே இருப்பவன்; அதனிலும் அணிமையனாகி வாக்கில் வருவான்; பின்னும் அணியனாகித் தலைமேல் இருப்பான்; பின்னும் அருகே வந்து மனத்தையே கோயிலாகக் கொள்வான், அவ்வளவு சேய்மையில் உள்ளவன் இவ்வளவு அணிமையிலும் இருப்பதற்கு அவன் கருணையே காரணம் என்பதை மனம் உணர்ந்துகொண்டது.

அப்பால் அப்பால் என்று தாண்டிச் சென்றதை மாற்றி, இப்பால் இப்பால் என்று நெருங்கி வருவதை விரும்பியது. "இப்பால் எங்கெங்கே இருக்கிறான்?" என்று கேட்டது.

"இப்பால் இருக்கும் இடம் ஒன்றா, இரண்டா? நிலத்தில் அழகான இடங்களில் எல்லாம் அவன் இருக்கிறான்.

நிலத்திலே சிறந்த குறிஞ்சியில் அவன் இருக்கிறான். பொன்போன்ற நிறம் படைத்த தினையை விளைவிக்கும் புனத்திலே இருக்கிறான். பொன் நிறம் படைத்த அழகிய கொன்றைப் பூவில் இருக்கிறான். மலையிலே இருக்கிறான். நெருப்பிலே இருக்கிறான் காற்றிலே இருக்கிறான்; மழை பொழியும் மேகத்தில் இருக்கிறான்" என்கிறார் வாகீசர்.

இப்பாற் செம்பொன்
புனத்தகத்தான்; நறுங்கொன்றைப் போதின் உள்ளான்
பொருப்பிடையான் நெருப்பிடையான் காற்றின்
உள்ளான்.
கனத்தகத்தான்.

"பொதுவாக இப்படிச் சொன்னால் அவனுக்கு என்று ஒரு விலாசம் இல்லையா?"

"உண்டு. அவனைக் கைலாசபதி என்று சொல்வார்கள். அவன் கைலாச மலையின் உச்சியில் இருக்கிறான்."

"கைலாசம் எளிதிலே சென்று தரிசிக்கும் இடமா? மனிதர்கள் நினைத்தால் போய்க் காணுகின்ற இடம் ஒன்றிலும் அவன் இருப்பதில்லையா?"

'உண்டு. வடக்கே உள்ள கைலாசத்துக்குச் சமானமாகத் தெற்கேயும் ஒரு தலம் இருக்கிறது. அதற்குத் திருக்காளத்தி என்று பெயர். அதற்குத் தக்ஷிண கைலாசம் என்ற திருநாமமும் வழங்கும்.'

"மனம் முதலிய கரணங்களில் இருப்பதையும் அடியாரிடம் இருப்பதையும் இன்னும் பல இடங்களிலும் இருப்பதையும் எடுத்துச் சொன்னீர்களே. நீங்கள் அவனை எங்கே கண்டீர்கள்?" என்று மனம் கேட்டது.

"நான் அவனை எங்கும் காண்கிறேன். எதைப் பார்த்தாலும் எங்கே பார்த்தாலும் அதுவாக அங்கே இறைவன் எழுந்தருளியிருக்கிறான்."

"எல்லோருக்கும் அப்படி அவன் புலப்படுவதில்லையே!" 'அவன் என் கண்ணில் இருக்கிறான். அதனால் கண் காணும் இடங்களில் எல்லாம் அவனையே காண்கிறேன்'

கைலாயத் துச்சி உள்ளான்,

காளத்தி யான், அவன்என் கண்ணு ளானே.

அப்பர் சுவாமிகளின் கண்ணிலே இருக்கும் இறைவன் அவருக்கு எல்லாமாய்த் தோன்றுகிறான். அப்பாலைக்கும் அப் பாலாக இருக்கும் அவன் இப்பாலும் இருக்கிறான் என்று உணர்த்தியவர் தம் கண்ணுளான் என்று முடிக்கிறார்.

மனத்தகத்தான், தலைமேலான், வாக்கின் உள்ளான்,
வாயாரத் தன்அடியே பாடும் தொண்டர் இனத்தகத்தான்,
இமையவர்தம் சிரத்தின் மேலான்;
ஏழண்டத்து அப்பாலான்; இப்பால் செம்பொன்
புனத்தகத்தான், நறுங்கொன்றைப் போதின் உள்ளான்

பொருப்பிடையான்,நெருப்பிடையாள், காற்றின் உள்
கனத்தகத்தான், கயிலாயத்து உச்சி யுள்ளான்,
காளத்தி யான், அவன்என் கண்ணு ளானே.

[மனத்தின் உள்ளே இருப்பணன், தலைக்குமேல் இருப்பவன், பேசும் பேச்சில் உள்ளவன், வாய் நிரம்பத் தன் அடியையே புகழ்ந்து பாடும் அடியார்களுடைய கூட்டத்தினுள்ளே இருப் பவன், தேவர்களுடைய தலையின்மேல் அவர்கள் வணங்குவதற்குரிய தலைவனாக இருப்பவன், ஏழு உலகங்களுக்கும் அப்பால் நிற்பவன்; இவற்றை யன்றி நமக்கு அணியனவான இந்தப் பகுதிகளில் சிவந்த பொன் போன்ற தினையை விளைக்கும் புனத் தினுள்ளே இருப்பவன்,நறுமணம் வீசும் கொன்றை மலரில் இருப்பவன், மலையிடையே உள்ளவன், தீயிடையே இருப்பவன், காற்றில் இருப்பவன், மேகத்திடையே இருப்பவன்; கைலாய மலையின் உச்சியில் எழுந்தருளியிருப்பவன்; திருக்காளத்தி யாகிய தலத்தில் கோயில் கொண்டவனாகிய அப்பெருமான் என் கண்ணில் இருக்கிறான்.

ஆர - நிரம்ப, இனம் கூட்டம். அண்டம்-உலகம். புனம்-தினைப்புனம்.கனம்-மேகம்.]

இது ஆறாந் திருமுறையில் 8-ஆம் பதிகத்தில் உள்ள ஐந்தாவது திருப்பாட்டு.

வந்து போனார்

தோழி கேட்டாள்; "நீ இப்படி யாரையோ எண்ணி எண்ணி நைந்து புலம்புகிறாயே; உன்னிடம் உண்டான இந்த மாற்றத்துக்குக் காரணம் என்ன?" என்று கேட்டாள். அந்த அழகிய இளம் பெண் உடனே விடை சொல்லவில்லை; சொல்லவும் முடியவில்லை. தன் னுடைய உள்ளம் கொள்ளை கொண்ட கட்டழகனை முதல் முதலிற் கண்ட காட்சியை நினைத்துப் பெருமூச்சு விட்டாள். முதற் காட்சி என்ன? அன்று பார்த்ததுதான். அதற்குப் பிறகு பார்க்கவே இல்லை. அவனைக் கண்டது முதல் அவள் ஒரு வண்ணமாக மயங்கியிருக்கிறாள். தோழி இதை அறிந்துதான் கேட்டாள். சிறிது நேரம் கழித்துக் காதல் பூண்ட பெண் பேசத் தொடங்கினாள்.

"ஆமாத்தூர் என்ற ஊர் உனக்குத் தெரியுமா?" என்று அவள் பேச்சும் ஒரு கேள்வியாக வந்தது.

"தெரியும். நடு நாட்டில் உள்ள தலம் அது. அந்த ஊரைப்பற்றி இப்போது என்ன யோசனை?"

'அந்த ஊருக்குத்தான் அவர் போயிருக்கிறார். "அவரா? அவர் யார்? "

"என்னை இந்தக் கோலம் செய்தவர்."

தோழி விழித்துப் பார்த்தாள். 'நீ என்ன சொல்கிறாய்?" என்று கேட்டாள்.

அந்த இளம் பெண் கூறத் தொடங்கினாள்.

நான் அன்று வீட்டுக்குள்ளே ஏதோ வேலை செய்து கொண்டிருந்தேன். அப்போது என் காதில் ஓர் இனிய இசை விழுந்தது. யாரோ உள்ளத்தை இழுக்கும்படி பாடினார்கள். பாட்டென்று ஒரு சமயம் தோன்றியது; வீணையென்று ஒரு ஒரு சமயம் தோன்றியது: இரண்டும் இழைந்து ஒன்றுபட்டு ஒரு சமயம் காதில் ஒலித்தன. இத்தகைய இன்னிசையை நான் அதுவரையிலே கேட்ட தில்லை. அந்த இசை வீதியிலே கேட்டது. நெடுந்தூரத்திலே கேட்டு வர வர அண்மையிலே கேட்டது. யாரோ வீணையோடு பாடுகிறாரென்று தெளிந்தேன். அற்புதமான காந்தாரப் பண்ணைப் பாடினார். இவ்வளவு அழகாகப் பாடுகிறவர் யார் என்று பார்க்க வேண்டுமென்ற ஆவல் எழுந்தது. அந்த ஆவல் வர வர வளர்ந்தது. அந்த இசையோ,வா வா என்று என்னை வலை போட்டு இழுத்தது.

நான் வெளியில் வந்தேன். வீதியிலே பார்த்தேன். ஒருவர் வீணையைக் கையில் ஏந்திக்கொண்டு பாடிச் சென்றார். அழகாகப் பாடுகிற அவரைப் பார்த்தேன். கடம் பெல்லாம் தூய வெண்ணீறு பூசி இருந்தார். தலையன் மேல் வெள்ளை மாலையை அணிந்திருந்தார். வெண் சோதி வீசச் சிறிய வெள்ளிக் குன்று போலே அவர் சென்று கொண்டிருந்தார்.

முதலில் அவர் பாட்டைக் கேட்கலாமென்றுதான் வந்தேன். பிறகு அவரைப் பார்த்தேன். பார்த்த பிறகு அவர் அழகும் என் உயிரை இழுத்தது. அவரோ மெல்ல மெல்லப் பாடிக்கொண்டே சென்றார். வெண் பொடியாடிய மேனியைக் கண்டேன். அந்த

வெண்மையின் நடுவே கழுத்தில் ஒரு கறுப்பு. அது எத்தனை அழகாக இருந்தது, தெரியுமா? அவரிடம் என் உயிரையே பணயம் வைத்து விடலாம் என்று தோன்றியது. அவரை அணுகி இரண்டு வார்த்தையாவது பேசாவிட்டால் என் வாழ்வே பயனற்று விடும் என்ற நினைவு ஒன்று முளைத்தது. பெண்ணாயிற்றே; ஆடவரிடம் வலியப் பேசலாமா?' என்று மனம் தடுமாறியது. அவரிடம் என்ன பேசுவது? என் உள்ளம் அவரைக் கண்ட பிறகு அடைந்த தடுமாற்றத்தைச் சொல்வதா? நாணத்தை இழந்து பெண்மையை உதறித் தள்ளினால் அதைச் சொல்லலாம். நான் அந்த நிலைக்கு வரவில்லை; பேசாமல் இருக்கவும் முடியவில்லை. ஒருவிதமாக மனத்தில் அமைதியை ஏற்படுத்திக் கொண்டேன். நாணத்துக்கு அழிவு நேராமலும் என் ஆசைக்கு ஏமாற்றம் உண்டாகாமலும் பேசத் துணிந்தேன். விருந்தினரிடம் யாரும் கேட்கும் கேள்வியைக் கேட்டேன். "சுவாமி, உங்கள் ஊர் எது?" என்று மாத்திரம் கேட்க எண்ணி வாய் திறந்தேன். அவருடைய வெண் திருமேனியில் உள்ள வெண்மைக்கிடையே பளிச்சென்று விளங்கிய அவருடைய அழகிய கழுத்தைப் பார்த்துக் கொண்டே பேசினேன். என்னையும் அறியாமலே, அந்த அழகில் மயங்கி நின்ற மயக்கத்தால், "கறை சேர் மணி மிடற்றீர் ஊர் ஏது?' என்று சொல்லிவிட்டேன். சொன்ன பிறகு நாக்கைக் கடித்துக் கொண்டேன்.

அதைக் கேட்டதுதான் தாமதம், அவர் உடனே என் வீட்டுக்குள்ளே வந்து விட்டார். நெடுந்தூரம் அலைந்து வந்து நொந்து போய், "யாராவது நம்மைத் தம் வீட்டுக்கு அழைக்க மாட்டாரா?" என்று ஏங்கினவர் போலத் தோன்றியது.

அவர் வருகை எனக்கு அளவில்லாத மகிழ்ச்சியைத் தந்தது. "எங்கள் வீட்டுக்கு வரலாமே!" என்று நான் சொல்லவில்லை; நாணந்தான் காரணம்.எப்படியோ அவர் என் உள்ளத்தை உணர்ந்து கொண்டார் போலும். நான் வருந்தி அழைத்து நொந்து கிடந்து தவம் செய்தாலும் வந்து போனார்

வரக்கூடியவர் அல்ல அவர். அவரைப் பார்த்தால் அப்படித் தோன்றியது. ஆனால், தோழி, அவருடைய கருணையை என்னவென்று சொல்வேன்!தாம் மிகவும் நொந்தவரைப் போலக் காட்டிக்கொண்டு, நான் அவருக்கு நலம் செய்கிறதாக எண்ணி என் வீட்டுக்குள் வந்தார்.

வந்தது மாத்திரமா? அவர் என்னோடு பேசினாரடி தோழி! ஆம், பேசினார். அந்த ஒரு கணத்திலே என் உள்ளத்தைத் தொடும்படி பேசினார். என்னை அவர் விளித்தாரே அந்த அழகு ஒன்றே போதுமே. நான் இடை நுடங்க நின்றேனாம்.

அவர் கழுத்தைப்பற்றி அணைத்துக் கொள்ளவேண்டு மென்ற எண்ணம் என் உள்ளத்தின் அடித்தளத்தில இருந்திருக்கவேண்டும். அதனால்தான் நான் கறை சேர் மணி மிடற்றீர் என்று அவரை அழைத்தேன். அது மாத்திரம் அல்ல. அவர் பாடினாரே, அந்த இன்னிசையைத் தரும் கழுத்து அல்லவா அது? அதனால் அதனிடம் என் மனம் சென்றது.

இப்போது அவர் என் இடையைப் பற்றி அணைக்க எண்ணினாரா, என்ன? என் ஆசை அப்படி நினைக்கச் செய்தது."நுடங்கு ஏர் இடை மடவாய்" என்று என்னை

அவர் அழைத்தார். அவர் தம் திருக்கரத்தால் என்னை அணைக்கவில்லை. ஆனாலும் அவர் என்னை அழைத்தாரே அந்த அன்புச் சொல் என்னை அணைத்தது. அது என் காது வழியே புகுந்து அமுத தாரையைப் பாய்ச்சியது.

"நம்முடைய ஊரையா கேட்கிறாய்? சொல்கிறேன் கேள். அங்கே எல்லோருமே வீணையும் யாழும் வாசிக்கிறவர்கள். நான் பாடுவதைக் கேட்டு நீ மகிழ்ச்சி அடைகிறா யென்று தோன்றுகிறது. எங்கள் ஊருக்கு வந்தால் எங்கும் இன்னிசைதான் கேட்கும். அழகிய தாமரை மலர்களின் மேல் அன்புடைய வண்டுகள் யாழைப் போலப் பாடிக் கொண்டிருக்கும். அந்த ஊருக்குப் பேர் ஆமாத்தூர். அதுதான் நம்முடைய ஊர்' என்றார்.

அவர் பேசப் பேச நான் பாவை போலச் சமைந்து போய்க் கேட்டுக்கொண்டிருந்தேன். அவர் பாட வேண்டும் என்ற அவசியம் கூட இல்லை. அவர் பேசினாலே போதும்; இன்றைக்கெல்லாம் கேட்டுக்கொண்டிருக்கலாம். பேச்சிலே என்னை மறந்து கேட்டிருந்தேன். "ஆமாத்தூர் தான் நம்முடைய ஊர்" என்று சொன்னவர் மேலே ஒன்றும் சொல்லாமல் உடனே போய்விட்டார்.

போன பிறகு பார்க்கிறேன்; அவரைக் காணவில்லை. சுவாமி வந்தார், போனார் என்பதைத் தவிர நான் வேறு என்ன சொல்வது? அவரிடம் நான் இன்னும் நாலு வார்த்தைகள் பேசியிருக்கக்கூடாதா? சற்றுத் தங்கிச் செல்லுங்கள் என்று சொல்லியிருக்கலாகாதா? அவர்தாம் இன்னும் கொஞ்சம் இருந்து, நீ யார் என்று என்னைக் கேட்டிருக்கக்கூடாதா?

இன்று நான் இவ்வாறு எண்ணி எண்ணி ஏங்குகிறேன். ஆனால் அன்று அவரைக் கண்டேனே, அது என் தவப் பயன் அல்லவா? அவரோடு துணிந்து பேசினேனே, அது என் பாக்கியம் அல்லவா? அவர் என் வீட்டுக்கு வந்தாரே, அது பெறாப் பேறு அல்லவா? வந்ததோடு, என்னை நுடங்கேரிடை மடவாய் என்று அழைத்தாரே, அது ஒன்றே போதுமே என் உயிரில் இனிமையை ஊட்ட தம் ஊர் இன்னதென்று சொன்னாரே, அதை வைத்துக்கொண்டு மேலே முயற்சி செய்து அவர் இன்னருளைப் பெறலாம் அல்லவா?

ஆமாத்தூர்ப் பெருமானைக் கண்ட இளம் பெண் தன் உள்ளத்திலும் உயிரிலும் ஊடுருவிப் புக்க அந்தக் காட்சியை எண்ணி எண்ணி இன்புற்றும் ஏங்கியும் நிற்கிறாள்.

வெந்தார்வெண் பொடிப்பூசி வெள்ளை மாலை
விரிசடைமேல் தாம்சூடி வீணை ஏந்திக்
கந்தாரம் தாம்முரலப் போகா நிற்கக்
கறைசேர் மணிமிடற்றீர் ஊர்ஏது என்றேன்;
நொந்தார்போல் வந்தெனது இல்லே புக்கு,
நுடங்குவர் இடைமடவாய் நம்ஊர் கேட்கில்,
அந்தா மரைமலர்மேல் அளிவண் டியாழ்செய்
ஆமாத்தூர் என்று அடிகள் போயி னாரே.

[நன்றாக வெந்து வெண்மை நிரம்பிய வெள்ளிய திருநீற்றைப் பூசி, வெள்ளை மலர் மாலையைத் தம்முடைய விரிந்த சடையின் மேல் அணிந்துகொண்டு, வீணையைக் கையில் ஏந்திக் காந்தாரப் பண்ணைப் பாடியபடியே திருவீதியில் போக, அவரை அணுகி,

கறுப்பு வண்ணம் சேர்ந்த அழகிய கழுத்தை உடையவரே, தேவரீருடைய ஊர் எது?" என்று கேட்டேன்; பல இடங்களுக்குச் சென்று வருந்தியவரைப் போல வந்து என் இல்லத்திற் புகுந்து "தளரும் அழகையுடைய இடையைப் பெற்ற பெண்ணே, நம்முடைய ஊரைக் கேட்டால், அழகிய தாமரை மலர்களின் மேல் அன்பையுடைய வண்டுகள் யாழைப் போன்ற இசையை ஒலிக்கும் ஆமாத்தூர் ஆகும்" என்று கூறி அப்பெரியார் போய்விட்டார்.

வெந்து ஆர்- வெந்து நிறம் நிரம்பிய. வெந்தாருடைய வெண்பொடி என்று கொண்டு, மயானத்தில் வெந்த வர்களுடைய வெண்பொடியை என்றும் பொருள் சொல்லலாம். வெள்ளை மாலை- தும்பை முதலிய மலர்களால் அமைந்த மாலை வெண்டலை மாலையுமாம். கந்தாரம் - காந்தாரம்; எதுகையை நோக்கிக் குறுகியது. முரலா-பாடி. போகா நிற்க-போய்க் கொண்டிருக்க. கறை- கறுப்பு. மணி -அழகு. மிடறு கழுத்து நுடங்கு - தளரும்.
ஏர் - அழகு. அளி - அன்பு. அளியும் வண்டு மாகிய வண்டினங்கள் என்றும் சொல்லலாம். அடிகள் - சுவாமி; பெரியார்; துறவிகளையும் கடவுளரையும் மதிப்புடைய பெரியோரையும் அடிகள் என்பது வழக்கு.]

இறைவன் திருக்கரத்தில் வீணை ஏந்திய நிலை ஒன்று உண்டு. வீணா தட்சிணாமூர்த்தி என்ற கோலத்தில் அவன் வீணையை ஏந்தியிருக்கிறான்.

இந்தப் பாட்டு ஆறாந் திருமுறையில் 9-ஆம் திருப் பதிகத்தில் இரண்டாம் பாடலாக அமைந்தது.

கருகாவூர் எந்தை

சோழ நாட்டில் பாபநாசம் என்னும் ஊருக்கு அருகில் வெட்டாறு என்ற ஆற்றின் கரையில் திருக்கருகாவூர் என்ற தலம் இருக்கிறது. இப்போது திருக் களாவூர் என்று அதை வழங்குகிறார்கள். அத் தலத்தில் அம்பிகை கருவுற்றிருந்த பெண்மணி ஒருத்தியைப் பாதுகாத்து அவள் கருவைக் காத்து மருத்துவம் செய்ததாக ஒரு வரலாறு உண்டு. கருவைக் காத்த ஊராதலின் கருகாவூர் என்ற திருநாமம் அதற்கு உண்டாயிற்று. அம்பிகைக்குக் கருக்காத்த நாயகி என்றும், கர்ப்ப ரக்ஷகி யம்பிகை என்றும் திருநாமங்கள் அமைந்தன.

கருகாவூருக்குத் திருநாவுக்கரசர் சென்று இந்த வர லாற்றை யெல்லாம் கேட்டார். இறைவி கருவைக் காத்த ஊர் என்பதைக் கேட்டபோது அவருடைய சிந்தை இறை வனுடைய திருவருட் பெருமையிலே ஆழ்ந்தது. அம்பிகை இறைவனுடைய திருவருளின் உருவந்தானே? கருத் தோன்றி வளர்ந்து உருவாகி மேலும் அவ்வுரு வளர்கிறது. எல்லா நிலைகளிலும் இறைவனே காப்பாற்று கிறான். உலகமெல்லாம் உருவாவதற்கு முன்னே அது இறைவனுடைய திருவுள்ளத்திலே கருவாய் இருக்கிறது. அந்தக் கரு இறைவனிடத்திலே தோன்றி வளர்ந்து உலகா கிறது. உலகம் தோன்றுவதற்கு முன்னே. தான் அருளுடன் வெளிப்பட்டு உலகை வெளிப்படுத்துகிறான். அதனால் உலகுக்கு அவனையே கரு என்று சொல்லிவிட லாம். உலகுக்கு முன்னே தோன்றும் கருவாகிய எம் பெருமான் அவ்வுலகம் வளர வளர உயிர்களுக்கெல்லாம் வாழ வழி காட்டுகிறான்; கண்ணைப்போல நின்று வழி காட்டுகிறான்.

கருகாவூர் என்ற ஊரின் வரலாற்றோடு இந்த எண் ங்கள் நாவுக்கரசர் கருத்திலே தோன்றின.

கருவாய் உலகுக்கு முன்னே தோன்றும்
கண்ணாம் கருகாவூர் எந்தை தானே

என்ற அடி உருவாயிற்று.

உலகம் தோன்றுவதற்கு முன்னே உள்ளவன் இறைவன். அதனால் அவன் மிகப் பழையவன். பழைய பொருள்கள் காலம் ஆக ஆகப் பயனற்றுப் போவது உண்டு. இறைவன் பழைய பொருளாதலால் பயனற்ற பொருளாகி விட்டானோ? இல்லை,இல்லை. அவன் அன்றும் பயனுள்ளவனாக இருந்தான்; இன்றும் பயன் தரும் பொருளாக இருக்கிறான்; இனியும் இருப்பான். பழமைக் குப் பழமையாகவும் புதுமைக்குப் புதுமையாகவும் இருக் கும் நித்தியப் பொருள் அவன்.

"முன்னைப் பழம்பொருட்கும்
முன்னைப் பழம்பொருளே
பின்னைப் புதுமைக்கும்
பேர்த்தும் அப் பெற்றியனே"

என்று மணிவாசகர் பாடினார்.

இறைவன் காலம் கடந்தவன்; காலத்தைத் தந்தவன்; காலமாகவே இருப்பவன். பழமையும் அவன் தான்; புதுமையும் அவன்தான். இந்த இரண்டும் அவனிடம் உள்ளன அது எப்படி?

பழைய ஆலமரம் ஒன்று பல ஆண்டுகளாக வளர்ந்து படர்ந்து வேரோடி வீழ்து இறங்கி நிற்கிறது. அது பழையதுதான். ஆயினும் அதில் புதுமை இல்லாமற் போக வில்லை. அது வளர்ந்துகொண்டே யிருக்கும் மரமாதலின் ஒவ்வொரு நாளும் அதில் புதுமை தோன்றுகிறது. அதனிடத்தே தோன்றும் தளிர் புதுமையின் அறிகுறி. மரத்தினூடே உள்ள வயிரம் பழமையின் அறிகுறி; நாட்பட நாட்பட மரத்தில் வயிரம் பாயும். ஆலமரத்தில் தளிரின் வடிவத்தில் புதுமையும் வயிரத்தின் வடிவத்தில் பழமையும் இருக்கின்றன. இறைவன் தளிர் அல்லது குருத்தாகவும் இருக்கிறான்; வயிரமாகவும் இருக்கிறான். வயிரம் காலத் தின் ஓர் எல்லைக் கோட்டுக்கு அடையாளம்; குருத்து மற் றோர் எல்லைக் கோட்டுக்கு அடையாளம். இரண்டு எல்லை யாகவும் இருக்கிறான் இறைவன். ஆதலால் அவனைக் குருத்தென்றும் வயிரமென்றும் கூறுகிறார் அப்பர் சுவாமிகள்.

குருகாம், வயிரமாம்.

அப்பர் உணர்ச்சியிலே மிதந்து பாடுகிறார். அவர் பெரிய அன்பராக இருப்பதோடன்றிச் சிறந்த கவிஞராகவும் இருக்கிறார். பழைய பொருள், புதிய பொருள் என் றால் உள்ளம் கவ்வாது. அதையே உருவுள்ள பொரு ளோடு ஒட்டிக் காட்டினால் மனத்திலே நன்கு பதியும். அவ்வாறு பதிய வைக்கிறது கவிஞனுடைய கலையின் ஆற்றல். அப்பர் என்ற கவிஞர் காலமென்னும் மரத்தின் எல்லையை, "இதோ பார் குருத்து; இது இறைவன்" என்று காட்டிவிட்டு, மற்றோர் எல்லையை, "இதோ உள்ளே ஊடுருவிப் பார்; வயிரம்; இதுவும் இறைவனே' என்று காட்டுகிறார்.

இந்த இரண்டு எல்லைக்கும் இடையே காலத்தைத் துண்டு போட்டுக் கணக்கு வைத்துக் கொள்கிறோம். கணம், விநாடி, நாழிகை, முகூர்த்தம், நாள், பக்ஷம், மாதம், ஆண்டு, யுகம் என்று வருவது பழைய கணக்கு. செகண்டு, நிமிஷம், மணி, தேதி, மாதம், ஆண்டு, நூற்றாண்டு என்று வருவது புதிய கணக்கு. இந்தக் காலப் பகுதிகள் அவ்வளவும் இறைவன்தான்.

"ஞால மேயிற வேஅவை வந்துபோம்
காலமே"

என்று மாணிக்கவாசகர் பாடுகிறார்.

அந்தக் காலக் கணக்கிற் சில அப்பர் சுவாமிகளுக்கு நினைவுக்கு வருகின்றன. முதலில் நாளை நினைக்கிறார். நாள் என்பது நட்சத்திரம். ஒவ்வொரு நாளும் ஒவ்வொரு நட்சத்திரம் தலைமை பெற்று வானத்தில் தோற்றுகிறது. அதனால் நாளை நட்சத்திரத்தினால் குறிப்பது வழக்கம். இறைவன் அந்த நாளாக இருக்கிறான்.

ஏழு நாள் சேர்ந்ததை வாரம் என்று சொல்கிறோம். அதைப் பழங்காலத்தில் கிழமை என்று சொன்னார்கள். இப்போதும் யாழ்ப்பாணத்தில் வாரத்தைக் கிழமை யென்றே குறிக்கிறார்கள். இறைவன் வரமாகவும் இருக் கிறான்.

"மணி என்ன பாரப்பா" என்று கேட்டார் ஒருவர் ஒரு பையனைப் பார்த்து.

"பத்துக்கு மேல் ஆயிற்று" என்றான் பையன்.

"சின்ன முள் எங்கே இருக்கிறது?" என்று மறுபடியும் கேட்டார்.

"பத்தைத் தாண்டி" என்று விடை வந்தது.

"பெரிய முள் எங்கே இருக்கிறது?" என்று மறுபடியும் கேட்டார்.

"இரண்டைத் தாண்டி" என்றான் பையன்.

"எத்தனை நிமிஷத்தில்" என்று மீட்டும் கேட்டார்.

மறுபடியும் பையன் ஏதோ சொன்னான். அவர் பொறுமையை இழந்து,"அந்தக் கடிகாரத்தையே இங்கே கொண்டு வா" என்று கூவினார்.

இப்படித்தான் அப்பர் சொல்லுகிறார். புதுமையானவன் என்றார்; பழமையானவன் என்றார்; நாளாக இருக்கிறவன் என்றார்; கிழமையாக இருக்கிறவன் என்றார். இப்படியே சொல்லிக்கொண்டு போனால் அதற்கு முடிவு எங்கே? ஆகையால் காலத்தைக் காட்டுவதற்குரிய கருவி களாக உள்ள கிரகங்களே அவன்தான் என்று சொல்லி விட்டார்.

குருகாம், வயிரமாம்; கூறும் நாளாம்,
கொள்ளும் கிழமையாம், கோளே தானாம்.

[குருத்தாக இருக்கிறான்; வயிரமாக இருக்கிறான்; காலத்தை வகுத்துக் கூறும் தினமாக இருக்கிறான்; ஏழு

நாட்களைத் தொகுத்துக் கொள்ளும் வாரமாக இருக்கிறான். காலக்கணக்குக்கு மூலக்கருவியான கிரகங்களே அவன்தான்.

குருகு - குருத்து. கிழமை - வாரம். கோள் - கிரகம்; இவை ஒன்பது.]

காலத்தின் எல்லையாகவும் காலத்தின் பகுதிகளாகவும் விளங்குகிறவன் சிவபெருமான் என்று இதனால் தெரிவித்தார் வாகீசர்.

காலமாக நிற்கும் பெருமானை, அனுபவிப்பதற்குரிய இன்பப் பொருளாகக் கண்டவர் அப்பர். அவனுடைய அருளினால் உண்டான அமைதியான இன்பத்தில் திளைத்த அவர், எங்கோ இருக்கும் ஒருவனைப் பற்றிச் சொல்வது போலச் சொல்லலாமா? அப்படிப் பெரிய பொருளாக இருக்கும் அவன் தன் அருளினால் அடியார்களுக்கு இன்பம் தரும் பொருளாக வருகிறான். அதை நினைக்கையில் தேனைச் சுவைத்தவன் நாக்கைச் சப்புக்கொட்டுவது போன்ற உணர்ச்சி அப்பருக்கு வருகிறது.

இப்படிக் காலத்திற்குப் புறம்பேயும் உள்ளேயும் இருக்கும் எம்பெருமான் எப்படி இனித்திருக்கிறான் தெரியுமா? இனிமை என்றாலே அதற்கு உவமை அமுதந் தான் என்று உலகம் திட்டம் செய்துவிட்டது. அவன் அமுதமாக இருக்கிறான்.ஆனால் தேவர் உண்ட அமுதமா அது? தேவரால் எள்ளளவும் அனுபவிக்கப் பெறாத அமுதம் அது. "பருகா அமுதம்" என்கிறார்.

"தேவர் பருகிய அமுதமே எங்களுக்குத் தெரியாதே; பருகாத அமுதம் எப்படித் தெரியப் போகிறது? எங்களுக்குத் தெரிந்ததாக ஒன்று சொல்லுங்கள்" என்று அவரைக் கேட்டுப் பார்த்தால் உடனே, "பாலில் நெய்யாம்" என்று விடையிறுக்கிறார். "பாலில் நெய் சாரமாக இருக்கும்; சுவையாக இருக்குமா?" என்று சிறிதே ஐயத்தோடு நிற்பதைக் கண்டு, "பரத்தின் ரசம்போல இருப்பான்" என்கிறார்.

பருகா அமுதமாம், பாலில் நெய்யாம்,
பழத்தின் இரதமாம்.

(தேவர்கள் பருகாத அமுதம்போல இருப்பவன்; பாலில் உள்ள நெய்போல இருப்பவன்; பழத்தின் சுவைபோல் இருப்பவன்.
இரதம் - ரஸம்; சுவை. பாலில் நெய்யாக இருக்கிறான், பழத் தின் சுவையாக இருக்கிறான் என்றும் பொருள் கொள்ளலாம்.)

"இந்தப் பொருள்களெல்லாம் தெவிட்டிவிடுவன ஆயிற்றே. இறையின்பத்துக்குச் சமானமாகச் சொல்லலாமா?" என்று யாராவது யோசிக்கலாம் அல்லவா? ஆதலால் இதுவரைக்கும் சொன்னதில் திருப்தி பிறவாமல் இன்னும் மேற்பட்ட ஒன்றைச் சொல்லவேண்டுமென்று விரும்புகிறார் அப்பர். வாயாரப் பாடும் பாட்டுக்குப் பண் இனிமை தருகிறதே, அதைச் சொல்கிறார்.

பாட்டிற் பண்ணாம்.

(இசைப் பாட்டிலே இணைந்து இனிமை தருகின்ற பண்ணைப் போல இருக்கிறான்.)

காலமே தானாக இருக்கும் கடவுள், அன்பர்களுக்கு நெய்யாகவும் ரசமாகவும் பண்ணாகவும் இனிக்கும் கடவுள். தன்னுடைய கருணையையே ஒரு பாகத்தில் மனையாட்டி ஏற்றிருக்கிறான். உமையாளை ஒரு கூற்றிலே அமைத்துக்கொண்டு, "என்னிடமிருந்து கருணை விலகா திருக்கும்" என்பதைக் காட்டுகிறான்.

ஒருகால் உமையாள்ஓர் கூறனும் ஆம்.

[ஒரு சமயம் உமையம்மையை ஓர் கூற்றிலே ஏற்றிருப் பவனும் ஆவான்.(கூறு - பகுதி.)

இறைவனுடைய அருளையே சக்தியாக வழிபடுகிறோம். அவன் தன் அருளினால் அன்பர்கள் நுகரும் பொருளாக நிற்கிறான். அன்பு செய்யாதவர்களுக்குக்கூட அவன் அருள் நன்மையைப் புரிகிறது. இறைவனைப் போற்றாத மனிதனும் உலகில் வாழ்கிறான்; தூற்றுகிறவனும் வாழ்கிறான். இறைவன் யாவருக்கும் வேண்டியவற்றைக் கொடுத்தருளி மனிதன் காலில் இருந்துகொண்டு நடக்கச்செய்கிறான்; கையிலிருந்துகொண்டு செயல் செய்யச் செய்கிறான்; கண்ணிலிருந்து காணச் செய்கிறான்.

நன்றாகப் பேசுகிறான் ஒருவன்; மற்றொருவன் ஊமையாக இருக்கிறான். பேசுகிறவனைப்போலவே ஊமைக்கும் நாக்கு இருக்கிறது. ஆனால் ஊமை பேசுவதில்லை. வாயில் உள்ள நாக்கு மட்டும் பேசுவதற்குப் போதுமானதாக இருந்தால் ஊமை

பேசவேண்டும். இந்த நாக்கைப் பேசும் படி இயக்குவதற்கு அகநாக்கு ஒன்று இருக்கிறது. அது மனத்தின் பகுதி. அகக் கண் என்று ஒன்று இருப்பது போல அக நாக்கும் உண்டு; நாம் சொல்லும் உள்நாக்கு அன்று அது. அந்த அக நாக்குப் பேசினால் புறநாக்குப் பேசும்.

அகநாக்குக்கூடத் தானே பேசாது. அதை இயக்கு கிறவன் ஒருவன் இருக்கிறான். நாடகம் போடும்போது திரைக்குப் பின்னாலிருந்து, நடிப்பவர்களுக்கு அவர்களுடைய பேச்சை அவ்வப்போது சொல்லிக்கொடுக்கச் சிலர் இருப்பதுண்டு. அவர்களை உரையாடி *(Prompter)* என்று சொல்வார்கள். உள்ளே உள்ள அகநாக்குக்கு அப்படி ஓர் உரையாடி உண்டு. அவன்தான் இறைவன். அவன் உரைக்க, அதனை உள் நின்ற நாக்கு உரைக்க, அதையே வெளியே உள்ள நாக்குச் சொல்கிறது. இறைவன் உள்ளே நின்று உரைக்கும்படி தூண்டாவிட்டால் பேச்சே எழாது. ஆதலின் அவனே உள்ளே நின்ற நாவுக்கு உரையாடியாக இருந்து அருள் செய்கிறான்.

உள் நின்ற நாவுக்கு உரையாடி யாம்.

(உள்ளே நின்ற அகநாக்குக்குச் சொல்லித் தருகின்ற வனாம்.)

உலகுக்கு முன்னே கருவாய்த் தோன்றி, அது வளர வளர யாவற்றையும் காட்டும் கண்ணாக உதவும் கருகாவூர்ப் பெருமான் காலமாகி நிற்கிறான்; அடைந்தார்க்கு இன்பப் பொருளாய் இழைகிறான்; அருளோடு இணைந்து விளங்குகிறான்; எல்லோருக்கும் உள் நின்ற நாவுக்கு உரையாடி யாகவும் திகழ்கிறான். இப்படி

இறைவனுடைய இயல்பு களை அமைத்துக் காட்டுகிறார் அப்பர்.

குருகாம், வயிரமாம்,கூறும் நாளாம்;
கொள்ளும் கிழமையாம், கோளே தானாம்;
பருகா அமுதமாம்; பாலில் நெய்யாம்;
பழத்தின் இரதமாம்; பாட்டிற் பண்ணாம்;
ஒருகால் உமையாள்ஓர் கூறனும் ஆம்;
உள் நின்ற நாவுக்கு உரையா டியாம்;
கருவாய் உலகுக்கு முன்னே தோன்றும்
கண்ணாம் கருகாவூர் எந்தை தானே.

[கருகாவூர் எந்தை குருகு முதலியன ஆவான் என்று கூட்டுக. குருகு முதல் கோள் வரையில் உள்ளவை காலத்தைப் பற்றியவை.]

இது ஆறாந் திருமுறையில் 15-ஆம் திருப்பதிகத்தில் முதல் பாட்டு.

தொடர்ந்து நின்ற தாய்

அவர் எப்போதும் சிவபெருமானையே எண்ணிப் பேசி வாழ்கிறவர்; இனிய சொற்களையே பேசுகிறவர். 'அவருடைய வாக்கிலிருந்து மட்டும் அத்தகைய இனிய சொற்கள் வருவதற்குக் காரணம் என்ன? என்று ஒருவன் யோசித்தான். அவனுக்கு நல்ல வார்த்தைகளையே பேச வேண்டு மென்று ஆசை. முயன்றும் பார்த்தான். அவனால் முடிய வில்லை. ஐந்து நிமிஷம் பல்லைக் கடித்துக்கொண்டு இனிமையாகப் பேசுகிறான்; ஆனால் அடுத்த கணத்தில் கடுமையான சொல் வெடித்துக் கொண்டு புறப்பட்டு விடுகிறது.

சிவனடியாரின் இன்சொல்லைக் கேட்ட போதெல்லாம் அவனுக்குப் பொறாமை உண்டாயிற்று "எப்படி ஐயா இந்தப் பேச்சைக் கற்றுக் கொண்டாய்?" என்று அந்தப் பக்தரையே கேட்டு விட்டான். அவர் சொன்னதைக் கேட்டபோது அந்த மனிதனுக்கு வியப்பாக இருந்தது. அவர் என்ன சொன்னார் தெரியுமா? "நான் கற்றுக் கொள்வதாவது! எல்லாம் சிவபெருமானுடைய செயல்" என்றார்.

"நீ பேசுகிறாய். சிவபெருமானுடைய செயல் என்கிறாயே!"

"நான் பேசவில்லை.அவன் பேச வைக்கிறான். இந்த வாய் பேசுகிறது. அவனருள் இல்லாவிட்டால் என் நாக்கு இயங்காதே."

"அப்படியானால் சிவபெருமான் உன் வாயில் இருந்து கொண்டு ஒவ்வொரு வார்த்தையாக உனக்குச் சொல்லித் தருகிறானா?"

"அப்படியும் வைத்துக் கொள்ளலாம். அதில் தவறு ஒன்றும் இல்லை."

பக்தர் சொன்னது அந்த மனிதனுக்கு விளங்கவில்லை. மேலே கேள்வி கேட்கத் தொடங்கினான்.

"அப்படியானால் நீயாக ஒன்றை நினைத்துப் பேசுவ தில்லையா?" என்று கேட்டான்.

"நினைப்பதுண்டு. ஆனால் அந்த நினைப்பைக் கூட அவன்தான் தோற்றுவிக்கிறான்.

"அப்படியா! சிவபெருமான் உன்னுடைய மனத்தி லும் இருந்துகொண்டு உனக்கு நினைப்பை உண்டாக்கு கிறான் என்றா சொல்கிறாய்?"

ஆம். அவன் என் மனத்தில் தோன்றும் கருத்திலும் இருக்கிறான்."

"சரி, சரி; அவன் உன் மனத்தில் இருக்கிறான் என்கிறாய்; கருத்தில் இருக்கிறான் என்கிறாய்; நீ கருதுவதே இல்லையானால் காரியங்களைச் செய்து முடிப்பது எப்படி?"

"எவன் என் வாக்கில் இருந்து பேசச் செய்கிறானோ. எவன் என் மனத்தில் தோன்றும் கருத்தில்

இருக்கிறானோ, அவனே எனக்குத் தோன்றும் கருத்தின்படி காரியங்களை யெல்லாம் நிறைவேற்றி வைக்கிறான்" என்று அடியார் விடையிறுத்தார்.

வாயாளை மனத்தாளை மனத்துள் நின்ற
கருத்தானைக் கருத்து அறிந்து முடிப்பான் தன்னை.

கேள்வி கேட்டவன் சற்றே சிந்தனையில் ஆழ்ந்தான். இப்படி ஒரு பேர்வழி பேச்சிலும் நினைப்பிலும் இருந்து உதவி செய்பவனாக இருந்தால் அவனைப்பற்றித் தெரிந்து கொள்ளத்தான் வேண்டும்' என்ற விருப்பம் அவனுக்கு எழுந்தது.

"வாயில் இருப்பவன் என்றும், மனத்திலும் கருத்திலும் இருப்பவன் என்றும், கருத்தை அறிந்து காரியத்தை முடித்துக் கொடுப்பவன் என்றும் சொல்கிறாயே; அவன் உருவமே இல்லாத நுண்பொருளா? நம்முடைய கண்ணுக் குப் புலப்படுபவனா?"

அடியவருக்கு அவனுடைய உள்ளத்தே ஆராய்ச்சி பிறந்திருப்பது தெரிந்தது. இறைவன் அருள் திரு மேனியை உடையவனாக இருப்பான் என்பதைச் சொன் னால் அவன் வணங்கிப் பயன் பெறக்கூடும் என்ற எண்ணம் உண்டாயிற்று. அதற்கு ஏற்ற வகையில் இப்போது பேசலானார்.

"ஆம். அப் பெருமானைக் கண்ணாரக் காண இயலும். ஆர்வமும் அன்பும் உடைய அடியார்கள் தம் அகக் கண்ணாலும் புறக் கண்ணாலும் கண்டு களிப்பதற்கு ஏற்ற தூய வடிவத்தை அவன் மேற்கொள்வான். அவன் தூயவன். அவனுடைய திருக்கோலத்தில் தூய்மைக்கு

உருவமாகிய வெண்மையான பொருள்களைக் காணலாம். அவனுக்கு ஒரு வாகனம் உண்டு. அது தூய வெள்ளை ஏறு. அவன் திருமுடியில் அணிந்திருப்பது வெண்திங்கள். கண்ணியை அப் பெருமான் சடையில் அணிந்தது போல அந்தச் சுடர்த் திங்கள் காட்சி அளிக்கும்.'

தூயானைத் தூவெள்ளை ஏற்றான் தன்னைச் சுடர்த்திங்கட் சடையானை.

"அப் பெருமானுடைய இயல்புகளை இன்னும் சொல் கேட்கிறேன்" என்றான் கேள்வி கேட்ட மனிதன். இப் போது பக்தரே கேள்வி கேட்கத் தொடங்கினார்.

"உனக்கு அன்னை இருக்கிறாளா?"

"இல்லை. இறந்து போய்விட்டாள்."

"குழந்தையினிடம் எல்லா அன்னைமாரும் அன்பாக இருக்கிறார்களா?"

"குழந்தைப் பருவத்தில் பெரும்பாலோர் அன்பாக இருக்கிறார்கள். குழந்தை பெரியவனாகி விட்டால் அந்த அன்பு மாறிவிடுகிறது" என்றான் அவன்.

"குழந்தை எப்போதும் தாயுடன் இருக்கிறது. அது வளர்ந்து பெரியவனானால் தாய் அந்தக் குழந்தையுடன் இருக்க முடிகிறதா?" என்று பக்தர் கேட்டார்.

அது எப்படி முடியும்? குழந்தைதான் தாயோடு வளரும். வளர்ந்த பிள்ளை வேலை செய்யப் போகும் இடங்களுக்கெல்லாம் தாய் போக முடியுமா?"

"ஆகவே, குழந்தையினிடம் எவ்வளவு அன்புடைய தாயானாலும் எப்போதுமே அந்தக் குழந்தையோடு இருக்க முடியாது.எல்லா இடத்துக்கும் தாய் போக முடியாது. தன் ஆயுட்காலம் முடிந்தால் அவள் நிரந்தரமாகத் தன் மகனைப் பிரிந்து விடுகிறாள். இவ்வளவும் உண்மைதானே?"

"ஆம்; உண்மை" என்றான் அந்த மனிதன். அவனுக்கு இப்போது பணிவும் உண்டாயிற்று.

"எல்லாக் காலத்திலும் எல்லா இடத்திலும் தொடர்ந்து நிற்கும் தாய் யாரேனும் உண்டா?'

"எப்படி இருக்க முடியும்?"

"உலகத்துத் தாய்மாரால் அது முடியாத காரியம். ஆனால் எல்லா உயிர்களுக்கும் எப்போதும் எவ்விடத்தும் தொடர்ந்து நின்ற தாயாக இருப்பவன் இறைவன் என்றார் பக்தர்.

"சற்றே விளக்கியருள வேண்டும்" என்றான் புதிய அன்பன்.

"ஒரு பிறவியிலேயே ஒரு மகன் பெரியவனானால் அவ னுடைய தாய் அவன் செல்லும் இடங்களுக்கெல்லாம் தொடர்ந்து செல்ல முடியாது. கடைசியில் அவள்

அவனை இவ்வுலகில் விட்டுவிட்டு இறந்து மறு பிறவியை அடைகி றாள். அங்கே அவள் யாருக்கோ மகளாகப் பிறந்து அவளைத் தாய், தாய் என்று சொல்கிறாள்.[2] அவனுக்கும் அவளுக்கும் உள்ள உறவு அற்று விடுகிறது. இப்படி அறாமல் என்றும் எல்லா உயிர்கட்கும் எவ்விடத்தும் தாய்போல் இருந்து அருள் புரிகின்றவன் இறைவன்தான். உண்மையான தாய் அவனே. குழந்தைக்குப் பசி உண்டானால் அழுகிறது. அவ்வழுகை கேட்டுப் பாலூட்டுகிறாள் தாய். அதனால் அவளுடைய அன்பு தெரிகிறது. தன் உடம்பில் உள்ள குருதியே பாலாக மாற அதை ஊட்டுகிறாள் அவள். அதனால் அவளுடைய தியாகம் பெரிது என்று சொல்கிறோம். ஆனால், ஊர் செல்பவனுக்குப் போகிற இடத்திலே உணவை முன்கூட்டியே ஆயத்தமாக வைத்திருப்பவனைப் போலக் குழந்தை கருவிலே தோன்றி முதிர முதிர அதற்குப் பால் வேண்டுமென்று கருதி இறைவனல்லவா தாயினிடம் பாலை உண்டாக்கி வைக்கிறான்? தாய் தன் முயற்சியினால் பாலை உற்பத்தி செய்வதில்லையே! அந்தத் தாயைத் தாயாக்கிப் பாலூட்டும் வகையை அமைக்கும் அருளாளன் இறைவன் அல்லவா? ஆதலால் அவனைத்தான் உண்மையான தாயாகச் சொல்ல வேண்டும். ஒரு பிறவியில் சில காலம் தாயாக இருந்து இறந்து போகும் தாய் போலன்றி எக்காலத்தும் எவ்விடத்தும் தொடர்ந்து நிற்கும் தாய் அவன்."

பக்தர் கூறியவற்றில் உள்ளம் ஆழ்ந்து நின்றான் அன்பன். "அவன் எல்லோருக்கும் தாயானால் எல்லோருமே

2"எனக்குத்தா யாகியாள் என்னைஈங்கு இட்டுத், தனக்குத்தாய் நாடியே சென்றாள்" (நாலடியார்.)

அவன் அருளாலே இன்பத்தை அடையலாமே!" என்று அவன் ஒரு சந்தேகத்தைத் தெரிவித்தான்.

"எல்லோருக்கும் தாயாக இருந்து காப்பாற்றினாலும் மெய்யறிவு பெறுதல் முதலிய நன்மைகளை முயற்சி செய்பவர்களுக்கே அருள்பவன் அவன். தவம் செய்தால் நன்மை பெறலாம். எவ்வளவுக் கெவ்வளவு தவத்திலே ஈடுபடுகிறோமோ அவ்வளவுக்கு அவ்வளவு நன்மை உண்டாகும். இறைவனும் பொதுவாக யாவருக்கும் தனு கரண புவன போகங்களைத் தந்தாலும், தன்னை அணுகி அன்பு செய்து முயல்பவர்களுக்கு ஏற்ற வகையில் அருள் செய்வான். அந்தத் திறத்தில் தவத்தைப் போன்ற தன்மையை உடையவன் அவன்."

தொடர்ந்து நின்ற
தாயானைத் தவமாய் தன்மை யானை.

"உலகத்தில் அவனுடைய திருவருளைப் பெற்று இன்புறும் அடியார்கள் சிலரே இருக்கிறார்கள். ஆனால் மகா தேவனாகிய அவனை அணுகி அவனுடைய அருளை அமரர்கள் யாவரும் பெற்று இன்புறுகிறார்கள் போலும்!" என்று தன் கருத்தை மெல்லச் சொன்னான் புதிய அன்பன்.

"அதுதான் இல்லை" என்றார் பக்தர்.

வியப்பில் ஆழ்ந்த அன்பன், "ஏன்? என்றான்.

"தேவர்கள் தேவ லோகத்தில் இருக்கிறார்கள். பூவுலகத்தை விடத் தேவலோகம் இறைவனுக்கு அருகில்

உள்ளது என்று நினைப்பதற்கு இல்லை. தேவர்கள் புண்ணியப் பயனை நுகரும் பொருட்டுச் சொர்க்க லோகத்தில் வாழ்கிறார்கள். அவர்களுடைய புண்ணியக் கணக்குத் தீர்ந்து விட்டால் மறுபடியும் இந்தப் பூமியில் வந்து பிறப்பார்கள். சுகவாழ்வில் இருப்பதால் தேவர்களுக்குச் செருக்கு அதிகம். ஏதேனும் தமக்குக் குறை உண்டானால் இறைவனை அணுகுவார்கள். இறைவனிடம் காரணம் இல்லாத தூய அன்பு அவர்களிடம் இல்லை. அதனால் இறைவனும் அவர்களை நெருங்குவதில்லை. அவர்களுக்கு அரிய வனாகவே இருக்கிறான்."

"எல்லாத் தேவர்களுக்கும் அணுகுவதற்கரியவனா? அல்லது இந்திரன் முதலிய தலைவர்களுக்கு எளியவனாக இருப்பவனா?"

"தலைமைப் பதவி வகிக்கும் தேவாதி தேவர்க்கும் என்றும் சேய்மையில் இருப்பவன் அவன். ஆனால் பக்தர் களுக்கு அணிமையில் இருப்பவன்.

"என் போன்றவர்கள் அவனைத் தரிசிப்பது எப்படி?"

"தென்றமிழ் நாட்டில் கூடல் என்னும் பெயரை உடைய மதுரை இருக்கிறது. அங்குள்ள திருக்கோயிலாகிய திருவாலவாய்க்குச் சென்று கண்டால் இறைவனுடைய உருவத் திருமேனியைக் காணலாம். அந்த உருவைத் தியானிக்கலாம். அவனடியையே பற்றுக் கோடாகக் கொண்டு சிந்திக்கலாம். எனக்கு அந்தப் பாக்கியம் கிட்டியது" என்று கூறினார் சிவனடியார்.

தலையாய தேவாதி தேவர்க்கு என்றும்
சேயானைத் தென்கூடல் திருவா லவாய்ச்
சிவன் அடியே சித்திக்கப் பெற்றேன் நானே.

இறைவன் அடியார்களின் வாக்கில் நின்று பேசச் செய்பவன்; மனத்தில் நின்று நினைக்கச் செய்பவன்; நினைப்பில் நின்று முயலச் செய்பவன்; முயற்சியில் நின்று கருதிய காரியம் கைகூடச் செய்பவன்; தன்னை வழிபடும் அன்பர்கள் அகத்திலும் புறத்திலும் காணும் வண்ணம் தூய உருவத் திருமேனி கொண்டு இடபவாகனனாகிச் சந்திர சேகரனாகி எழுந்தருள்பவன்; எக்காலத்தும் எவ்விடத்தும் எவ்வுயிரையும் தொடர்ந்து நின்று உதவும் தாயாக விளங்குபவன்; முயற்சி செய்பவர்களுக்கு நன்மையைத் தரும் தவத்தைப் போன்ற தன்மையை உடையவன்; அடி யார்க்கு எளியவனாக இருந்தாலும் தேவாதி தேவருக்கு அரியவன். இத்தகையவன் திருவாலவாயில் எழுந்தருளி யிருக்கிறான்.

இந்தக் கருத்தை வைத்து அப்பர் சுவாமிகள் ஒரு திருத்தாண்டகத்தைப் பாடியருளினார்.

வாயானை மனத்தானை மனத்துள் நின்ற
கருத்தானைக் கருத்தறிந்து முடிப்பான் தன்னைத்
தூயானைத் தூவெள்ளை ஏற்றான் தன்னைச்
சுடர்த்திங்கட் சடையானைத் தொடர்ந்து நின்ற
தாயானைத் தவம்ஆய தன்மை யானைத்
தலையாய தேவாதி தேவர்க்கு என்றும்
சேயானைத் தென்கூடல் திருவா லவாய்ச்
சிவன்அடியே சிந்திக்கப் பெற்றேன் நானே.

[தூயான் -தூய்மையை உடையவன். சுடர் - நிலவு.தவம் ஆய தன்மையானை - தன்மையில் தவமே ஆக இருப்பவனை. தலை ஆய-தலைவராகிய சேயான் - அணுகுதற்கரியவன், கூடல் - மதுரை. திருவாலவாய் என்பது மதுரையில் உள்ள திருக்கோயிலின் திருநாமம். சிந்தித்தல்-தியானித்தல்.

'தொடர்ந்து நின்றென் தாயானை' என்பது ஒரு பாடம். தொடர்ந்து நின்ற என் என் என்பதன் விகாரமாகக் கொண்டு, தன்னைத் தொடர்ந்து நின்ற எனக்குத் தாய் போல அருள் புரிகிறவன் என்று பொருள் கொள்ளவேண்டும்.)

திருநாவுக்கரசர் மதுரைப் பதிக்குச் சென்றபோது பாடிய பதிகத்தில் உள்ளது இது; ஆறாந் திருமுறையில் 19-ஆம் பதிகத்தில் எட்டாம் பாசுரமாக அமைந்திருப்பது.

அறிவிற் பெரியவன்

குழந்தையிடம் அம்மா இறைவனைப்பற்றிச் சொல்லியிருக்கிறாள். எல்லோரையும்விட இறைவன் அறிவிலே சிறந்தவன் என்பதை ஒருநாள் சொன்னாள். குழந்தைக்கு அறிவு என்றால் புத்தகமும் வாத்தியாரும் பள்ளிக்கூடமுமே நினைவுக்கு வரும். அது தன் தந்தையை மிகவும் நன்றாகப் படித்தவர் என்று நினைத்துக்கொண்டிருக்கிறது. அவர் அத்தனை நூல்களை வீட்டில் வைத்திருக்கிறார். அவருடைய அறிவைப் புத்தகங்களைக் கொண்டு குழந்தை அளந்து பார்க்கிறது.

இறைவன் மிகப் பெரிய அறிவுடையவன் என்பதைக் கேட்ட குழந்தை தனக்குத் தெரிந்த அளவு கோலால் அளக்கப் பார்க்கிறது. "அப்பாவே இவ்வளவு நூல்களைப் படித்தவராயிற்றே. கடவுள் எத்தனை புத்தகங்களைப் படித்திருப்பார்! அவர் படித்த நூல்களையெல்லாம் குவித்தால் ஒரு மலையைப்போல இருக்குமே!" என்று எண்ணுகிறது. அம்மாவிடம் கேட்கிறது. "அம்மா, அம்மா, கடவுள் படித்த புத்தகங்கள் ஒரு கோடி இருக்குமா?" என்கிறது. ஆனால் அம்மா கூறும் விடை அதற்கு வியப்பை உண்டாக்குகிறது.

"அவர் ஒரு நூல்கூடப் படித்ததில்லை" என்று அவள் சொல்கிறாள்.

குழந்தைக்கு ஒன்றும் புரிபடவில்லை. புத்தகம் படிக்காதவர் எப்படி அறிவுடையவராக இருக்கமுடியும்? அதற்கு யோசனை விரிகிறது. புத்தகம் படிக்காவிட்டால் அவருக்குப் பல விஷயங்கள் தெரிந்திருக்க நியாயம்

இல்லையே! அம்மாவை மறுபடியும் கேட்கிறது குழந்தை; "அப்படியானால் கடவுளுக்குப் பல விஷயங்கள் தெரியாமல் இருக்குமோ?" என்று கேட்கிறது.

அம்மா அதற்கும் பதில் சொல்கிறாள்."அவருக்குத் தெரியாதது ஒன்றும் இல்லை" என்று அவள் சொல்கிறதைக் கேட்ட குழந்தை பின்னும் வியப்பில் மூழ்குகிறது.

குழந்தை பச்சைக் குழந்தை அல்ல; சிறிது சிந்திக்கத் தெரிந்த குழந்தை. ஆதலின் அதற்குச் சிந்தனை ஓடுகிறது. புத்தகத்தைத் தானே படிப்பது ஒரு முறை, படித்தவர்களிடம் கேட்பது ஒரு முறை என்று அந்தக் குழந்தை அறிந்துகொண்டிருக்கிறது. "கேள்வி முயல்" ஔவையின் வாக்கைப் பொருளோடு தெரிந்துகொண்ட குழந்தை அது. 'பல அறிஞர்களுடைய உபதேசங்களைக் கேட்டு அறிவாளியாகியிருக்கலாம்' என்ற நினைவு வந்தது. "அவர் காதில் பல அறிவாளிகளுடைய பேச்சுக்கள் விழுந்திருக்குமோ?" என்று குழந்தையிடமிருந்து அடுத்த கேள்வி எழுந்தது.

"அவர் காதில் மற்றவர்கள் ஓர் உபதேசமும் செய்ய வில்லை. அந்தக் காதில் அவர் யார் உரையையும் போட்டுக் கொள்ளவில்லை. சங்கினாலான குழையைத்தான் காதில் போட்டுக்கொண்டிருக்கிறார்." அம்மா சற்று வேடிக்கையாகவே பேசினாள். பிறர் வாத்தியாராக இருந்து சொல்ல அதைக் காதில் வாங்கிக்கொள்ளும் வேலை அவருக்கு இல்லையாம்.

'குழந்தைக்கு ஒரே குழப்பமாகிவிட்டது. கடவுள் படித்தவர் அல்ல; படித்தவர்கள் சொல்வதைக் கேட்டதும் இல்லை. ஆனால் அவருக்குத் தெரியாதது ஒன்றும் இல்லை.' இதை நினைக்க நினைக்கக் குழந்தைக்கு வியப்பாக இருக்கிறது. 'இது எப்படி முடியும்?' என்று யோசிக்கிறது

'படிக்காதவர்களும், படித்தவர்களை அணுகிக் கேட்காதவர்களும் வாழ வகை தெரியாமல் துன்புறுகிறார்கள். அறிவு இல்லாதவர்கள் எந்த விதமான நன்மையையும் பெறமாட்டார்கள். எப்போதும் கவலையோடேயே இருப் பார்கள். கடவுளுக்கும் நிச்சயமாகக் கவலை பல இருக்க வேண்டும் என்ற எண்ணங்களின் விளைவாகக் குழந்தை அன்னையை, "அவருக்குக் கவலை நிறைய உண்டோ?" என்று கேட்கிறது.

"கவலையா? அவரை நினைப்பவர்களுக்கே அணுகாதே. மிக மிகக் கவலைக்குக் காரணமான துன்பம் ஒன்று இருக்கிறது. அதை உலகில் யாராலும் போக்க முடியாது. அதைப் போக்கிப் பாதுகாக்கும் ஆற்றல் அந்தக் கடவுள் ஒருவருக்குத்தான் உண்டு.

"அது என்ன கவலை அம்மா?"

"பிறப்பு என்பதுதான் துன்பங்களுக்குள் பெரிய துன்பம். அதை நினைத்தால் பெரியவர்களுக்கு உண்டாகும் கவலைக்கு எல்லையே கிடையாது. அந்தக் கவலையையே கடவுள் போக்கி அருளுவார்."

'அவர் அறிவுடையவர் என்று சொல்கிறாய்; கவலை இல்லாதவர், கவலையை ஒழிப்பவர் என்கிறாய். ஆனால் அவர் படித்ததும் இல்லை,படித்தவர் சொல்லக் கேட்டதும் இல்லை என்று சொல்கிறாயே! அவருக்கு எப்படி அறிவு உண்டாயிற்று?"

தாய்க்கு விடை சொல்லச் சிறிது கஷ்டமாகத்தான் இருக்கிறது. அவர் இயற்கையாகவே அறிவு நிரம்பப் பெற்றவர். நூலறிவுக்கெல்லாம் மேம்பட்ட வாலறிவை உடையவர்" என்று சொன்னால் குழந்தைக்கு விளங்காது.

அந்தக் குழந்தை நம்முடைய மரபுகளை ஓரளவு அறிந்த குழந்தை. வேதம், சாஸ்திரம் என்பவற்றைப்பற்றிக் கேட் டிருக்கிற குழந்தை. அதற்குத் தெரிந்திருக்கிறதைக் கொண்டே விஷயத்தை விளக்கலாம் என்று எண்ணுகிறாள் தாய்.

"உனக்கு என்ன என்ன புத்தகம் தெரியும்?" என்று அம்மா கேட்கிறாள். குழந்தை தனக்குத் தெரிந்த பாட புத்தகங்களையும் ஆத்திசூடி முதலிய சில நூல்களையும் சொல்கிறது.

"நீ கேட்ட புத்தகங்களில் மிகவும் சிறந்ததாக ஏதாவது தெரியுமா?"

"வேதம், சாஸ்திரம்."

"அந்த வேதங்களும் சாஸ்திரங்களும் பெரிய நூல்கள். அவற்றுக்கு முந்திப் புத்தகமே இல்லை. வேதந்தான் முதல் புத்தகம். அதை இயற்றியவர் கடவுள். முதல்

முதலில் புத்தகம் இயற்றியவரே அவர்தாம். அறிவு என்பதே அவரிடமிருந்துதான் தோன்றியது. அவர் அறிவுருவானவர். முதல் நூலும் அவரிடமிருந்துதான் எழுந்தது. அவருக்கு மிஞ்சின அறிவாளி இல்லை. வேதத்தையும் ஆறு சாஸ்திரங்களையும் சொன்னவர் அவர்."

அவ்வளவு பெரிய அறிவாளி என்கிறாயே; அவருக் கென்று தனியாக அடையாளம் உண்டா? படித்தவர்கள் எது எதையோ கழுத்தில் அணிந்திருக்கிறார்களே: அவருக்குக் கழுத்தில் ஏதாவது ஆபரணம் உண்டா?' அன்னை சிரித்துக்கொண்டாள்."அவருக்குக் கழுத்தில் பிறர் அணிந்த அணி ஏதும் இல்லை. அவராக அணிந்து கொண்டது ஒன்று உண்டு. அந்த அடையாளம் வேறு யாருக்கும் இல்லை."

"என்ன அடையாளம் அது?"

"அவரை நீல கண்டப் பெருமான் என்று தேவர்களும் மனிதர்களும் பாராட்டுவார்கள். அவர் கழுத்தில் விஷம் தங்கியிருக்கிறது. தேவர்களைக் காப்பாற்றும்பொருட்டு ஆலகால விஷத்தை அருந்தித் தம் திருக் கழுத்தில் அடை யாளமாக வைத்துக்கொண்டார். அது அவருடைய பேராற்றலையும் கருணையையும் புலப்படுத்திக்கொண்டு விளங்குகிறது. வேதமும் அந்தக் கண்டத்தின் வழியேதான் ஒலிக்கிறது."

"முதல் நூல் வேதம் என்று சொல்கிறாயே; அப்படி யானால் அதைச் சொன்ன கடவுள் மிகவும் வயசு ஆனவரோ?'

"ஆம். அவர் மிகவும்பழையவர். ஒவ்வோர் ஊரிலும் ஒரு குடும்பத்தை ஆதிக்குடும்பம் என்று சொல்வார்கள். ஒவ்வொரு குலத்திலும் ஒருவரை ஆதி புருஷர் என்று சொல்வார்கள். இப்படியே தேவர்களிலும் சொல்வதுண்டு. பழமையைச் சுட்டிக் காட்டும்போது இன்னார் காலம் முதற்கொண்டு என்று சொல்வது வழக்கம். ஆனால் இப்படிச் சொல்லும் ஆதிகளெல்லாம் ஏதோ ஒரு வகையில் முதலாக நிற்பவைகளே அல்லாமல் அவற்றிற்கு முன்பு ஏதும் இல்லை என்று சொல்ல முடியாது. கிளைகளுக் கெல்லாம் முதற்கிளை என்று ஒன்றைச் சுட்டலாம். ஆனால் அது முதற்கிளையே ஒழிய அதற்கு முன்னே தோன்றியது ஒன்றும் இல்லை என்று சொல்ல முடியாது. அதற்கு முன்னே தோன்றியது அடிமரம். அதற்கும் ஆதி வேர்; அதற்கும் ஆதி விதை. அதற்கும் ஆதி அது தோன்றிய மரம். இப்படி ஆதியை ஆராய்ந்துகொண்டு போனால் எல்லாவற்றிற்கும் மூலமாகிய ஆதியாக இருப்பது எதுவோ அந்தப் பொருளே கடவுள் ஆதிக்கு அளவாக இருக்கிறவர் அவர்."

"கடவுளை நாம் காண முடியுமா?"

"அவரை இந்தக் கண்ணால் காணமுடியாது. ஆனாலும் அவருடைய நினைப்பை ஊட்டும் உருவங்களைக் காணலாம். கோயில்களில் அந்த மூர்த்திகள் எழுந்தருளியிருக்கிறார்கள்."

ஏதாவது ஒரு கோயிலைச் சொல். அம்மா.

"இதோ சோழ நாட்டில் ஆக்கூர் என்ற தலம் இருக்கிறது. அங்கே கடவுள் எழுந்தருளியிருக்கிறார். அவருக்குத்

தான்தோன்றியப்பர் என்று பெயர். அதுவே கடவுளுடைய பழமையைக் காட்டுகிறது. அவர் பிறரால் உண்டாக்கப் பட்டவர் அல்ல. அவருக்கு முன் யாரும் இல்லை. அவரே ஆதிக்கும் ஆதிக்கும் ஆதியானவர்.தாமே தோன்றினவர்; சுயம்பு மூர்த்தி. எல்லோரையும் தோற்றுவித்த தந்தை. தான்தோன்றியப்பர் என்ற திருநாமம் இந்தக் கருத்துக் களைத் தெரிவிக்கின்றது."

குழந்தை அறிவு மயமான கடவுளை, ஆதிக்கு அளவாக நிற்கும் தான்றோன்றியப்பரைத் தியானிக்கப் புகுந்து விடுகிறது.

இறைவனுடைய தன்மைகளைக் குழந்தைக்குத் தாய் சொல்வதுபோல அழகாகச் சொல்கிறார் அப்பர் சுவாமிகள்.

ஓதிற்று ஒருநூலும் இல்லை போலும்;
உணரப் படாதது ஒன்று இல்லை போலும்;
காதில் குழை இலங்கப் பெய்தார் போலும்;
கவலைப் பிறப்பு இடும்பை காப்பார் போலும்;
வேதத்தோடு ஆறங்கம் சொன்னார் போலும்;
விடம்சூழ்ந்து இருண்ட மிடற்றர் போலும்;
ஆதிக்கு அளவாகி நின்றார் போலும்;
ஆக்கூரில் தான்தோன்றி அப்ப னாரே.

[படித்தது ஒரு நூலும் இல்லை; தம்மால் அறியப்படாதது. ஒன்றும் இல்லை; தம் திருச்செவியில் சங்கினாலான அணியை விளங்கும்படி அணிந்தவர்; கவலைக்குக் காரணமான பிறவியாகிய துன்பத்தை அடியார்கள்

அடையாமல் பாதுகாப்பவர்; வேதத். தோடு ஆறு சாஸ்திரங்களையும் திருவாய் மலர்ந்தருளினவர்; ஆல கால விடம் சேர்ந்து கறுத்த திருக்கழுத்தை உடையவர்; ஆதி என்று குறிப்பதற்குரிய அளவாகி நின்றவர்; ஆக்கூரில் எழுந் தருளியிருக்கும் தான்றோன்றியப்பர்.

ஓதிற்று - படித்தது. குழை - காதணி. இலங்க விளங்கும்படி. பெய்தார் - அணிந்தவர். கவலையைத் தரும் பிறப்பாகிய இடும்பை. தனக்குவமை யில்லாதான் தாள்சேர்ந்தார்க் கல்லால், மனக் கவலை மாற்றல் அரிது" என்று குறள் கூறும். இறைவனை அணு கினவருக்குக் கவலை இல்லை. அங்கம் - சாஸ்திரம். மிடறு - கழுத்து. தான் தோன்றியப்பர் சுயம்பு நாதேசுவரர் என்பது வட மொழித் திருநாமம்.

போலும் என்று வருபவை எல்லாம் அசைகள், அவற்றிற் குப் பொருள் இல்லை.

ஆக்கூர் என்பது மாயூரத்துக்கும் திருக்கடவூருக்கும் டையே உள்ளது.]

இது ஆறாந் திருமுறையில் 21-ஆம் பதிகத்தில் இரண்டாம் பாட்டு.

உள்ளக் கிழி

நள்ளிருள். யாரோ வீட்டுக்குள் திருட்டுத்தனமாக வந்திருக்கிறது போலத் தெரிகிறது. காலடிச் சத்தம் கேட்கிறது. காதை நெரித்துக்கொண்டு கேட்கிறோம். மூச்சை வேகமாக விடாமல் கேட்கிறோம். காலடியோசை தெளிவாகக் கேட்கிறது. அதைக் கேட்பதற்காக மூச்சை அடக்கிக் கொள்கிறோம். ஒன்றை உற்றுக் கவனிக்கும் போது மூச்சை அடக்குவது இயற்கையாக இருக்கிறது.

உற்றுக் கேட்கும்போது மூச்சை அடக்கிக் கேட்பது போலவே, எதையேனும் ஒன்றை உற்றுப் பார்க்கும்போதும் மூச்சை வேகமாக விடாமல் நிதானமாக விடுவதுதான் இயல்பு. மனத்தை ஒருமுகப்படுத்தும் போதெல்லாம் மூச்சு மெதுவாக இயங்கும். யோகம் செய்பவர்கள் மூச்சை அடக்கி மனத்தை நிறுத்த முயல்கிறார்கள். மூச்சின் ஓட்டத்துக்கும் மனத்துக்கும் தொடர்பு உண்டு.

இறைவனைத் தியானிக்கையில் மனம் ஒருமுகப்படும் போது மூச்சுக் காற்று மெல்ல மெல்ல ஒடுங்கி இயங்கும்.

அப்பர் சுவாமிகள் இறைவனைத் தியானித்து இன்புறும் வகையைச் சொல்கிறார்.

மனம் ஒரு பொருளைத் தியானிக்க வேண்டுமானால் அது ஓர் உருவத்தைத்தான் தியானிக்க முடியும். உருவம் இல்லாத ஒன்றைப் பற்றுவது என்பது மனத்தால் முடியாத காரியம். ஆதலால்தான் இறைவனுக்கு

உருவங்கள் அமைந்திருக்கின்றன. இறைவனுடைய திரு வுருவத்தை உள்ளத்துக்குள்ளே தியானிப்பது எப்படி?

அப்பர் சுவாமிகள் தியானம் என்று சொல்லவில்லை உள்ளத்தில் இறைவனுடைய உருவத்தை எழுதவேண்டும் என்று சொல்கிறார். அதுவும் தியானந்தான். ஆனாலும் தியானத்தின் முதிர்ந்த நிலை அது. அதனைத் தாரணை என்று கூறுவர் யோகியர்.

கிழியில் ஒவ்வோர் அங்கமாக ஓவியன் எழுதிக் கொண்டு வருகிறான். ஓர் அங்கத்தை எழுதிவிட்டால் அது மறையாமல் நின்றுவிடுகிறது. அவ்வாறே ஒவ்வோர் அங்கமாக எழுதி எழுதி உருவம் முழுவதும் நிரம்புகிறது. ஓவியம் முழுவதும் ஒரு கணத்தில் எழுதி முடிவது அன்று. சிறிது சிறிதாக எழுதி முற்றுப்பெறச் செய்யவேண்டும்.

ஒன்றை எழுதிவிட்டால் மாறாமல் இருக்கும் கிழியில் எழுதுவதற்கே பல காலம் செல்லுமானால் ஒன்றை நினைத்தால் மறுகணமே மாறும் மனத்தில் ஓர் உருவத்தை எழுதுவது எவ்வளவு அருமை!

நடுத் தெருவில் ஒரு துணியைக் கட்டி அதில் ஓவியன் ஓவியம் தீட்டப் புகுகிறானென்று வைத்துக்கொள்வோம். காற்று அடிக்கும்போது ஓவியச் சீலை அசையும். அசைந்து கொண்டிருக்கிற கிழியில் எப்படிச் சித்திரத்தை எழுத முடியும்?

ஓவியந் தீட்டுபவர்கள் முதலில் கிழியை நன்றாக இறுக்கிக் கட்டி விறைப்பாக இருக்கச் செய்து அதன்மேல் எழுதுவார்கள்.

மனமோ காற்றால் அசையும் துணிபோலச் சலன முடையது. அதில் எதையாவது எழுத முடியுமா? அதன் சலனத்தைப் போக்கிவிட்டுப் பிறகே எழுதவேண்டும். மூச்சுக் காற்று வீசாதபடி செய்து மனமென்னுங் கிழியை விறைப்பாக வைத்துப் பிறகு உருவை எழுத வேண்டுமாம். அப்படி எழுதும்போது வேறு ஒரு கவனமும் இன்றி உற்று நோக்கி எழுதவேண்டும்.

உயிரா வணம் இருந்து உற்று நோக்கி
உள்ளக் கிழியின் உருஎழுதி.

[மூச்சு விடாதபடி இருந்து ஒருமைப்பாட்டுடன் பார்த்து உள்ள மென்னும் திரைச்சீலையில் உருவத்தை எழுதி, உயிரா வணம் - மூச்சுவிடாத வண்ணம்; உயிர்த்தல் - மூச்சு விடுதல். உற்று நோக்குதல் - கூர்ந்து கவனித்தல். கிழி சித்திரம் எழுதும் துணி. உரு - இறைவன் திருவுருவத்தை.]

இப்படி எழுதுவதற்கு நெடுநாள் பழக்கம் வேண்டும். எழுதினது மாறாமல் முழு உருவும் எழுதி அகக்கண்ணால் காண்பது ஆனந்தம்.

"முகத்திற் கண்கொண்டு பார்க்கின்ற மூடர்காள்
அகத்திற் கண்கொண்டு பார்ப்பதே ஆனந்தம்"

என்று திருமூலர் கூறுகிறார்.

சிவபெருமான் உமாதேவியைத் தம் மனத்தகத்தே ஓவியமாக எழுதி அதனைப் பார்த்துப் பார்த்து இன்புறு வதாகக் குமரகுருபரர் பாடுகிறார்.

"..........எறிதரங்கம்
உடுக்கும் புவனம் கடந்துநின்ற
ஒருவன் திருவுள் ளத்தில் அழகு
ஒழுக எழுதிப் பார்த்திருக்கும்
உயிர்ஓ வியமே"

என்பது அவர் பாட்டு.

உள்ளமாகிய கிழியில் உருவத்தை எழுதிப் பார்க்கும் இன்பத்தை நுகர்ந்தவர் அப்பர் சுவாமிகள். தம் அநுபவத் தினால் சொல்லும் வார்த்தை இது.

உள்ளத்தே இறைவனுடைய திருவுருவத்தை, சலனமின்றி நிரந்தரமாகக் கிழியில் எழுதிய சித்திரத்தைப் போலப் பார்க்கிறவர்களுக்கு, உலக வாசனையே இராது. புறக் காட்சி சிறிதும் இராது. புறக் காட்சி உள்ளவர்களுக்கு அகக் காட்சி இல்லை. அகத்தே இந்த ஓவியத்தை உற்று நோக்குபவர்களுக்குத் தமக்கென்று ஒரு செயல் இல்லை. எல்லாவற்றையும் இறைவனிடத்தே அர்ப்பணம் செய்து இன்புறும் நிலை அது. 'யான் தான்' எனும் சொல் இரண்டு அங்கே இல்லை. ஆத்ம சமர்ப்பணம் செய்துவிட்டு நிற்கும் அந்த நிலையை அப்பர் சுவாமிகள் மேலே சொல்கிறார்.

உயிரா வணம்இருந்து உற்று நோக்கி
உள்ளக் கிழியின் உரு எழுதி,
உயிர்ஆ வணம்செய்திட்டு உன்கைத் தந்தால்
உணரப் படுவாரோ டொட்டி வாழ்தி.

உள்ளக் கிழியில் உரு எழுதிய பிறகு அந்த உருவத்தையே நோக்கி உண்முகமானவர்கள் தம்முடைய உயிரையே விலைக்கு விற்றுவிடுகிறார்களாம். ஆவணம் என்பது ஓலை எழுதிக்கொடுத்து விற்றுவிடுவதை ஆவணம் செய்தல் என்று குறிக்கிறார். அப்படி முறி யெழுதித் தம்மையே இறைவன் கையில் கொடுத்துவிட்டுத் தம்மை இழந்து நிற்கிறவர்கள் யாரோ அவர்களே மெய்ஞ் ஞான் நிலை பெற்றவர்கள்: உணர்வு உடையவர்கள்; உணர்பவர்கள். அத்தகையவர்களோடு இறைவனும் பிரி வின்றி ஒன்றி ஒட்டி வாழ்வான்.

பணத்தாலும் பலத்தாலும் சிறந்தவர்கள் இறை வனோடு ஒட்டி வாழும் வாழ்வை மனத்தாலும் நினைக்க இயலாது. இன்பவாழ்வில் இணையற்று நிற்கும் அமரலோக வாசிகளெல்லாம் போற்ற நிற்பவன் இறைவன். அவர் களுக்குள் தலைவனாகிய இந்திரன் ஐராவதத்தில் ஏறிப் பவனி வருகிறான். இறைவன் அந்தத் தலைமைப் பதவியை அவனிடமிருந்து பெற்றுக்கொண்டு தானே அமரர் நாடு ஆளும் அதிபதியாய் ஐராவத மீதேறிச் செல்லலாம். அதை இறைவன் விரும்பவில்லை. அமரர் தம் நலத்தையே எண்ணுபவர் மன ஒருமைப்பாடு இல்லாதவர்கள். இறைவனுடைய உண்மை இயல்பை உணராதவர்கள். அவர்கள் ஆத்ம சமர்ப்பணம் செய்ய அறியாதவர்கள். இறைவனும் அவர்களும் ஒட்டி வாழ்வது இயலாது. இன்று தமக்குத் துன்பம் வந்தால் நீயே பெரியவன் என்பார்கள். நாளைத் துன்பம் நீங்கிவிட்டால் நானே பெரியவன், நானே பெரியவன் என்று செருக்குற்றிருப்பார்கள். அந்த இடத்தில் ஆண்டவன் தன் அதிகாரத்தைக் காட்டுவானேயன்றி அருளைக் காட்டமாட்டான்.

ஏழைக் குழந்தைகளாகிய மக்களிடந்தான் இறைவனுக்குக் கருணை பிறக்கும். அவர்களுக்காக அவன் இறங்கி வருவான். ஏழை மனிதர்கள் எத்தனை அறிவில் லாதவர்களாக இருந்தாலும் தன்னை எண்ணி ஏங்குபவர்கள் என்பதை அவன் அறிவான். மனிதர் கூட்டத்தில் தான் தன் உருவை உயிரா வண்ணம் இருந்து உள்ளக் கிழியில் எழுதும் அன்பர்கள் இருக்கிறார்கள் என்பதையும் அவன் உணர்வான். ஆதலால் தன்னுடைய அருள் விளையாடல்களை இந்த உலகத்திலே காட்டுவதுதான் அவனுடைய திருவுள்ளக்கிடக்கை. அவனுக்கு விளையாட்டிடம் பூமி. அவன் இரக்கத்துக்குரியவர்கள் மனிதர்கள். அவன் இங்கே வந்து திருவிளையாடல் புரியும் இடங்களே தலங்கள். இந்த நிலவுலகில் வந்து விளையாடல் புரிந்த கதை ஒன்றா இரண்டா? பாண்டி நாட்டில் மதுரையிலே சுந்தர பாண்டியனாக வந்து அரசாண்டான். சோழ நாட்டிலே திருவாரூரில் அரசாண்டான். ஐராவதம் ஏறாமல் ஆனேற்றின் மேல் ஏறி வந்தான். அமரர் நாட்டை ஆளாமல் ஆரூரை ஆண்டான். அவன் ஆனை போன்றவன்; ஐராவதம் போன்றவன்; அருளாகிய மதம் பொங்க அன்பர்களைக் காக்க எழுந்தருள்பவன்.

அயிரா வணம்ஏறாது ஆன்ஏறு ஏறி
அமரர்நாடு ஆளாதே ஆரூர் ஆண்ட
அயிரா வணமேஎன் அம்மானே.

[அயிராவணம் - ஐராவதம்; யானை. சிவபெருமான் ஏறும் யானைக்கும் அயிராவணம் என்ற பெயர் உண்டு, அதற்கு இரண் டாயிரம் கொம்புகள் உண்டென்பர்.]

கருணைமிக்க இறைவன் இவ்வுலகுக்கு எழுந்தருளி வந்தும் யாவரும் அவன் பெருமையை உணர்வதில்லை. அவர்கள் மேல் இறைவனுடைய அருட்பார்வை விழுவ தில்லை.தன்னை நினைந்து இரங்கும் குழந்தையினிடம் தாயின் அன்புப் பார்வை விழுவதைப் போல, இறைவன் தன்னையே நம்பி வாழ்கிறவர்களிடம் தன் அருட்கண் பார்வையைச் செலுத்துவான். நல்லவர்கள் என்று சொல் கிறவர்கள் அவர்களே அவனுடைய அருட்கண் பார்வை யைப் பெறாதவர்கள் நல்லவர்கள் அல்லாதார். அவர்கள் இப்பிறவியைப் பெற்றும் பயன் பெறாதவர்கள். மனிதராக இருந்தும் மனிதர் அல்லாதாரே.

......................நின்
அருட்கண்ணால் நோக்காதார் அல்லா தாரே.

[அல்லாதார்-நல்லவர் அல்லாதார்; மனிதர் அல்லாதார்.]

இறைவன் அமரரைப் பார்ப்பதுண்டு; ஆயினும் அருட் கண்ணால் நோக்குவதில்லை. அவர்கள் அல்லாதார். ஆதலின் அமரர்நாடு ஆள்வதிலே இறைவனுக்கு விருப்பம் இல்லை.

உயிரா வணம் இருந்து உற்று நோக்கி
உள்ளக் கிழியின் உரு எழுதி
உயிர்ஆ வணம்செய்திட்டு உன்கைத் தந்தால்
உணரப் படுவாரோடு ஒட்டி வாழ்தி
அயிரா வணம் ஏறாது ஆனேறு ஏறி
அமரர்நாடு ஆளாதே ஆரூர் ஆண்ட
அயரா வண்ணமேஎன் அம்மா னேஉன்
அருட்கண்ணால் நோக்காதார் அல்லா தாரே.

(உணரப்படுவார் - உணர்வார். படு என்ற சொல்லுக்குப் பொருள் இல்லை. போகப்பட்டகாலத்தில், ராமனாகப்பட்டவன் என்பவற்றிற் போலப் படு என்ற சொல் ஒரு பொருளுமின்றி வந்தது. ஒட்டி-வேறுபாடின்றி ஒன்றுபட்டு, வாழ்தி-வாழ் கிறாய். ஆனேறு -இடபம். அம்மானே-தலைவனே.]

"இறைவனை யார் ஒருமைப் பாட்டுடன் தியானித்துத் செய்கிறார்களோ அவர்களோடு இறைவன் இரண்டறக் கலந்துவிடுவான். அத்தகையவர்கள் இங்கே இருப்பதால் இவ்வுலகத்தில் ஆரூருக்கு எழுந்தருளினான். அவன் அருட் பார்வை பெறுபவரே நல்லோர்; ஏனையோர் அல்லாதார்' என்று பாடினார் அப்பர்.

இது ஆறாம் திருமுறையில் 25-ஆம் பதிகத்தின் முதற் பாட்டு.

ஐந்து வஞ்சகர்

இன்பமும் துன்பமும் பிறரால் வருகின்றன என்று எண்ணிப் பிறரிடம் உறவும் நட்பும் பாராட்டி வாழ்கிறோம். வெறுப்பு விருப்புகளைக் கொள்கிறோம். உண்மையில் நமக்குப் பகையாக ஐந்து பேர்கள் நம்முடன் இருக்கிறார்கள். அவர்களுடைய வசத்திலே அடிமைப்பட்டு நாம் வாழ்கின்றோம். நம்மை ஐந்து பேரும் ஐந்து விதமாகப் பற்றி அலைத்துத் துன்புறுத்துகிறார்கள். ஐந்து பேரும் ஐந்து வேறு தொழில்களை உடையவர்கள். ஒரு பேர்வழி பொருள்களின் நிறம் வடிவம் என்பவற்றை அறிவதில் வல்லவன். காட்சி முழுவதும் அவன் கையில் அடங்கி யிருக்கிறது. ஏதாவது ஒரு காரியத்தைச் செய்யலாம் என்று நாம் நினைத்தால் எதையாவது ஒன்றைக் காட்டி அந்தக் காட்சியிலே நம்மை மயங்கப் பண்ணி நம்முடைய காரியம் நடவாமல் தடைசெய்து விடுகிறான். பலவகை ஒலிகளையும் இசையையும் பேச்சையும் தெரிந்து உணர்த்தும் மற்றொருவன் இருக்கிறான். அவனோ ஏதாவது இனிய ஒலியோ பேச்சோ இருக்கும் இடத்துக்கு நம்மை இழுத்துச் சென்றுவிடுகிறான், சந்தனம், மலர், ஊதுவத்தி முதலிய மணம் நிறைந்த பொருள்களைக் காட்டி அவற்றில் மயங்கி விழும்படி பண்ணுகிறான் மற்றொருவன். ஆறு வகையான சுவையுடைய பண்டங்களைத் தனக்குப் படையாகக் கொண்டு வெற்றி கொள்கிறான் பின்னும் ஒருவன். மெத் தென்ற பஞ்சணை, இனிய தென்றல், மெல்லியல்புடைய மங்கை என்றெல்லாம் ஆசை காட்டி அழைக்கிறான் ஒருவன்.

இப்படியாக ஐந்து பேரும் நம்மிடம் மூண்டு வருகின்ற ஐந்து வேறு தொழில்களை உடையவர்கள். அவர்களைப் பார்த்தால் சாதுக்களைப்போல, ஊமைகளைப்போல, இருக்கிறார்கள். ஆனால் அவர்களால் நடைபெறும் வஞ்சகச் செயல்களை என்னவென்று சொல்வது !

ஒவ்வொரு மனிதனும் தன் வாழ்நாளில் ஒவ்வொரு கணமும் இந்த வஞ்சகர்களை மகிழ்விக்கும் காரியத்திலேயே ஈடுபட்டிருக்கிறான். உடன் வாழ்ந்து கெடுக்கும் அகப் பகைவர் இந்த ஐவரும்.

உலக முழுவதும் இவர்கள் ஓடுகிறார்கள். நம்மை ஓடச் செய்கிறார்கள். ஆயிரம் மைல் கடந்து சென்று அங்கே உள்ள காற்றை நுகரச் செய்கிறான் ஒருவன். பல நூறு மைல் கடந்து அங்குள்ள உணவை உண்ணச் செய்கிறான் ஒருவன். மற்றவர்களும் இப்படித்தான் செய்கிறார்கள். ஒவ்வொரு மனிதனுடைய செயலையும் அலசிப் பார்த் தால் இந்த ஐந்து பேர்களின் தூண்டுதலால் செய்யும் செயலாகவே முடியும். இது எப்போதோ நடைபெறுகிற செயல் அன்று. ஒவ்வொரு நாளும் இதுதான் நடக்கிறது. இந்த ஐந்து பேர்களுடைய அதிகாரமே உலக முழுவதும் நடைபெறுகிறது. எந்த ஊரானாலும் எந்தக் காலமானாலும் இந்த வஞ்ச முகரிகள் ஐவருடைய பிடிப்பிலே அடங்காத மனிதரே இல்லை; உயிரே இல்லை. இவர்களால் அலைப் புண்டதனால் உயிர்கள் மீட்டும் மீட்டும் உலகில் பிறந்து மறுபடியும் இந்த வஞ்சகர்களுடைய ஆணைக்கு அடங்கி வாழும்படி ஆகிவிடுகிறது.

"உம்முடைய அதிகாரம் நம்மிடம் செல்லாது" என்று சொல்லும் தைரியம் யாருக்கும் இல்லை. முதலில்,

அவர்களின் ஆணையினால் நாம் மயங்கி நிற்கிறோம்,அவர் களுடைய அதிகாரம் மயக்க நெறியிலே நம்மைச் செலுத்துகிறது என்று தெரிந்துகொள்பவரே இல்லையே!

சிலர் இருக்கிறார்கள். அவர்கள் இந்த ஐந்து பேருடைய ஆணைக்கு அஞ்சாதவர்கள். அவர்களில் ஒருவர் திருநாவுக்கரசர். அவர் இந்த ஐவரையும் நோக்கி, "வஞ்ச முகரிகளே, உம்முடைய அதிகாரம் என்னிடத்தில் பலிக்காது" என்று அறைகூவுகிறார்.

"எப்போதும் உயிர்களிடத்தில் சூழ்ந்து செய்யும் தொழில்களையுடைய ஐந்து இந்திரியங்களாகிய வஞ்ச கத்தையுடைய ஊமைகளே! உம்முடைய வஞ்சகச் செயலை நான் நன்கு அறிந்துகொண்டேன். உயிரைச் சூழ்ந்துகொண்டு நீங்கள் செய்யும் தீங்குகளுக்கு நான் அஞ்சேன். இவ்வுலகு முழுதும் ஓடி நாள்தோறும் மயக் கத்தைத் தரும் அதிகாரத்தை நடத்துகின்றீர்; இனி அந்த அதிகாரம் நடக்காது" என்று அவர் பேசுகிறார்.

மூள்வாய தொழிற்பஞ்சேந்திரிய வஞ்ச
முகரிகாள்! முழுதும்இவ் வுலகை ஓடி
நாள்வாயும் நும்முடைய மம்மர் ஆணை
நடாத்துகின்றீர்க்கு அமையாதே.

[உயிர்களிடத்திற் சென்று பொருந்துதலையுடைய தொழில் களையுடைய ஐந்து இந்திரியங்களாகிய வஞ்சக ஊமைகளே! இவ்வுலக முழுவதிலும் ஓடிச் சென்று எல்லா உயிர்களிடத்தும் ஒவ்வொரு நாளிலும் நும்முடைய மயக்கத்தைத் தரும் அதிகாரத்தை

நடத்துகின்ற உங்களுக்கு, அந்த ஆணை என்னிடத்தில் நடத்தப் பொருந்தாது.

மூளவு ஆய - மூளுதல் அமைந்த, முகரி -ஊமை. உலகை. உலகில்; உருபு மயக்கம். நாள் வாயும் -ஒவ்வொரு நாளிலும். மம்மர். மயக்கம். ஆணை - அதிகாரம். அமையாது. பொருந்தாது. உங்கள் அதிகாரம் இனி நடக்காது என்றபடி]

தம்முடைய அதிகாரத்தை மீறுவாரும் மறுப்பாரும் இன்றி ஆட்சி செலுத்திய அந்த ஐந்து பேருக்கு ஆச்சரியம் உண்டாகிவிட்டது. 'இதென்ன வேடிக்கை! உலக முழுவதும் நம்முடைய ஆணை நடக்கிறதென்று இவன் தெரிந்துகொண்டிருக்கிறான். நம்முடைய வலிமையை அறிந்தும் இவன் மிரட்டுகிறானே; இவன் யாராயிருக்க லாம்?' என்ற சிந்தனை பிறந்தது. "நீர் யார் ஐயா?" என்ற கேள்வி உடனே அவர்களிடமிருந்து எழுந்தது.

"என்னையா கேட்கிறீர்கள்? உலகமெல்லாம் உம்முடைய ஆணையை நீங்கள் நடத்துகிறீர்கள் என்பதைத் தெரிந்துகொண்டதோடு அதற்கு மேலும் தெரிந்து கொண்டவன் யான். எல்லா உலகங்களையும் தாங்கிப் பாதுகாக்கும் உண்மையான அதிகாரம் யாருக்கு இருக்கிறதோ அந்தப் பெருமானை நான் தெரிந்துகொண்டிருக்கிறேன்'"என்றார் அப்பர்.

"வானோர்கள் எல்லாம் எங்கள் ஆணைக்கு அடங்கி வாழும்போது நீர் யார் ஐயா சிறு மனிதர், இப்படிப் பேசுகிறீரே?"

"ஆம்; வானவர்கள் உங்கள் மயக்கத்தில் வீழ்ந் திருக்கலாம். ஆனால் உண்மையில் அவர்களுக்கு ஆதார மாக நிற்கிறவன் ஒருவன் இருக்கிறான். வானோர்கள் வாழும் தேவலோகமே அந்தப் பெருமானால் நிற்கிறது. அவன்தான் காணைப் போல அமரருலகத்தைத் தாங்குகிறான். இந்திரன் அல்ல; முப்பத்து மூன்று தேவர்களும் அல்ல."

வானோர்
நீள்வான முகடதனைத் தாங்கி நின்ற
நெடுந்தூணை.

[வானோர்களுக்குரிய உயர்ந்த தேவலோகமாகிய வீட்டின் முகட்டைத் தாங்கி ஆகாரமாக நின்ற உயர்ந்த தூண் போன்றவனை.

வானம்-அமரருலகம். முகடு - உச்சி. முகடு அதனை : அது, பகுதிப் பொருள் விகுதி; அதற்குத் தனியே ஒரு பொருள் இல்லை.]

"இது மாத்திரமா? கீழுலகங்களுக்கெல்லாம் உள்ளே கருவாகி மூலமாகி வேராகி இருந்து பாதுகாக்கும் பெரு மானும் அவன்தான்.'

பாதாளக் கருவை.

[பாதாள உலகத்துக்கு மூலமாக நின்ற பொருளை.பாதாளம் என்றது கீழுலகம் அனைத்தையும் குறித்தது. கரு-மூலமான பொருள்.]

"வானவர்களைத் தாங்கும் தூணாக இருக்கட்டும்; பாதாளத்தின் கருவாக இருக்கட்டும்; இந்தப் பூவுலகில் வாழும் உமக்கும் அவனுக்கும் என்ன ஐயா தொடர்பு? வானோர்களையும் நீர் கண்டதில்லை; பாதாளத்தையும் கண்டதில்லை. உம்முடைய கண் காண இந்த உலகத்தில் வாழ்பவர் எல்லாம் எங்கள் வசப்பட்டு நிற்பதை நீர் தினந்தோறும் பார்க்கிறீர். இங்கே எங்கள் அதிகாரத்தை நடத்த யார் தடையாக இருக்க முடியும்?" என்ற கேள்வி பிறந்தது.

"வானோருக்குத் தூணாகவும் பாதாளத்தாருக்குக் கருவாகவும் இருப்பதை நான் நேரே அறிந்ததில்லை. பிறர் சொல்லத்தான் கேட்டிருக்கிறேன். ஆனால் இந்த உலகத்தைப் பொறுத்தவரையில் எனக்குக் கண்கூடாகத் தெரியும். இவ்வுலகமெல்லாம் அந்தப் பெருமானுடைய ஆட்சிக்கு அடங்கி நிற்பது என்பதை அறிந்து கொண்டேன். திருவாரூரிலே இருந்து தன் அருளாணையாலே எல்லாவற் றையும் ஆளும் உண்மையான பிரபுவைத் தெரிந்துகொண்ட பிறகு நான் சும்மா இருப்பேனா? மிக மிக வேகமாக அவனை அடையப் புறப்பட்டுவிட்டேன். விரைவில் அவனை அடைந்தே விடுவேன். அவன்தான் எனக்குப் பற்றுக் கோடு என்று உணர்ந்துகொண்ட என்னிடம் உங்கள் தொழில் ஒன்றும் பலிக்காது. உம்முடைய ஆணைக்கு அடிமையாகி அலையமாட்டேன்.

நீங்கள் வையாளிவிட்டு ஓடி என்னை அலைக்க முடியாது. இனி இந்தப் பக்கமே வராதீர்கள்" என்று உறுதியுடன் பேசுகிறார் அப்பர் சுவாமிகள்.

ஆரூர்

ஆள்வானைக் கடுகச்சென்று அடைவேன்; நும்மால்
ஆட்டுணேன்; ஓட்டந்துஈங்கு அலையேன் மின்னே..

[திருவாரூரில் இருந்து ஆட்சிபுரியும் தியாகராஜப்பெருமானை விரையச் சென்று (யான்) அடைவேன். ஆதலின் உம்மால் அலைக்கப்படமாட்டேன்; நீங்கள் வீணே இங்கே ஓடி என்னை அலைத்தலை ஒழியுங்கள்.

கடுக - விரைய . ஆட்டுண்ணுதல்-அலைப்புண்ணுதல். ஓட்டந்து- ஓடி ஈங்கு என்றது தன்மையிடத்தைக் குறித்து நின்றது. அலையேன்மின் -அலைக்காதிருங்கள்.]

இறைவனுடைய துணையைப் பெறும்வரையில் இந்திரிய வசப்பட்டு மயங்கித் திரிவதே உயிர்களின் கதியாக இருக்கும். இறைவனுடைய அருள் துணையைப் பெற்று விட்டால் அப்பால் அவ்விந்திரியங்களின் வசமாக நாம் இருப்பது போய் அவை நம் வசமாகிவிடும். அந்த நிலையைத் தான் பொறியவித்த புனித நிலை என்றும் ஜிதேந்திரியத் துவம் என்றும் பெரியோர் கூறுவர். பொறிவாயில் ஐந்தவித்த புங்கவராகிய திருநாவுக்கரசர் எத்தனை உறுதிப் பாட்டோடும் இறைவன்பால் நம்பிக்கையோடும் பேசு கிறார்!

மூள்வாய தொழிற்பஞ்சேந்திரிய வஞ்ச
முகரிகாள்! முழுதும் இவ் வுலகை ஓடி
நாள்வாயும் நும்முடைய மம்மர் ஆணை

நடாத்துகின்றீர்க்கு அமையாதே; யானேல்,
வானோர் நீள்வான முகடதனைத் தாங்கி நின்ற
நெடுந்தூணைப் பாதாளக் கருவை ஆரூர்
ஆள்வானைக் கடுகச்சென்று அடைவேன் நும்மால்
ஆட்டுணேன்; ஓட்டந்தீங்கு அலையேன் மின்னே.

[யானேல், தூணைக் கருவை ஆள்வானை அடைவேன்; பூட்டுணேன்; அலையேன்மின் என்று கூட்டுக. யானேல்: ஏல்: சை நிலை;]

இப்பாசுரம் ஆறாந் திருமுறையில் 27-ஆம் திருப்பதி கத்தில் ஒன்பதாம் பாட்டு.

இடர் கெடும் வழி

வயிற்றுவலி வந்து துடிக்கிறவர்களைக் கண்டிருக்கிறீர் களா? தெருவெல்லாம் கேட்கும்படி அலறி அழும்வண்ணம் அந்த வலி அவர்களைத் துன்புறுத்தும். வெறும் தலைவவி வந்தால்கூட, "அம்மா, அப்பா என்று எத்தனை தடவை சொல்லிவிடுகிறோம்! நோய் வந்தவர்கள் முனகுவார்கள்; அந்த நோயின் கடுமை அதிகம் ஆக ஆக முனகலோடு நிற்கமாட்டார்கள்; வாய் விட்டு அரற்றுவார்கள்: புலம்பு வார்கள்; அலறுவார்கள். இது மனிதர்களுக்கு இயல்பு.

குழந்தை தன் தாயைக் காணாவிட்டால் அழும். நேரம் அதிகம் ஆக ஆக யார் என்ன சமாதானம் சொன்னாலும் கேளாமல் கதறி அரற்றும்.

நாம் இந்த இரு வகை நிலையிலும் இருக்கிறோம். நோய்களுக்குள் பெரிய நோயாகிய பிறவிப் பிணியினால் நலிவு பெறுகிறோம். என்றைக்கும் எவ்விடத்தும் நமக்குத் தாயாக இருந்து அருள் புரியும் இறைவனைக் காண முடியாமல் இருக்கிறோம். ஆனால் நாம் அரற்றுவதில்லை; அழுவதில்லை; முனகுவதுகூடக் கிடையாது.

நமக்கு நம்முடைய நோயினால் உண்டாகும் துன்பம் இன்னும் உறைக்கவில்லை. அதனால், "பிறவி வேதனையைத் தாங்க முடியவில்லையே!" என்று அழத் தெரியவில்லை.கை கால் குறையோ, உடம்பில் நோயோ உடைய பிச்சைக் காரன் அந்த நோயையே தனக்கு ஜீவனத்துக்குரிய கருவியாகக் கொண்டு, அதைக் காட்டிப்

பிச்சை வாங்குகிறான். அதைப்போலவே இந்தப் பிறவி நோயினிடையே நாம் வாழ்ந்து வருகிறோம். அழாமல் புலம்பாமல் வாழ்கிறோம். இந்த வேதனையை யார் தீர்ப்பார்கள்?

இறைவன் நம்முடைய தாய் என்ற உணர்ச்சியே இல்லை. அதனால் அவனைப் பிரிந்து வாழ்வதனால் என்ன என்ன இன்பங்கள் நமக்குக் கிடைக்காமல் போய்விட்டன என்ற எண்ணமும் உண்டாவதில்லை.

இந்த இரு வகையினாலும் நமக்குத் துன்பங்கள் பெருகுகின்றன. பிறந்து பிறந்து செத்துச் செத்து இடர்களிலே மூழ்கி வருந்துகிறோம்.அந்த இடர் தீர வேண்டுமானால் நாம் பெற்றுள்ள தீரா நோயின் வேதனை உறைக்கவேண்டும். உறைத்து அலறவேண்டும். நாம் தாயைக் கைவிட்ட குழந்தைகளாக இருக்கிறோமே என்ற துயரம் உறைக்கவேண்டும். அதனால், "அம்மா, அம்மா!" என்று அரற்றவேண்டும். அப்போதுதான் நோய் தீரும் வழி புலப்படும். நம்முடைய தாய் நம்மை அணைக்க ஓடி வருவாள்.

இந்த உண்மையைத் தம்முடைய நெஞ்சுக்குக் கூறுப வரைப் போலத் திருநாவுக்கரசு நாயனார் நமக்கு அறிவுறுத்துகிறார்.

நெஞ்சைப் பார்த்து, "நெஞ்சமே, உனக்கு உண்டாகி யிருக்கும் இடர்களெல்லாம் கெடவேண்டுமானால் இங்கே வா ஒன்று சொல்கிறேன் கேள்; நீ அலறவேண்டும். நமக்கெல்லாம் தாயாகிய இறைவனை நினைந்து அலற வேண்டும்" என்று அவர் சொல்கிறார்.

"இடர்கெடுமாறு எண்ணுதியேல் நெஞ்சே! நீவா; அலறா நில்லே"

என்று சொல்லுகிறார்.

எம்பெருமானை நினைந்து அலறக்கூட நமக்குத் தெரியாது. நம்முடைய வேதனைகளைச் சொல்லத் தெரியும்: அவற்றையும் முழுமையாகச் சொல்லத் தெரியாது. யாரிடம் முறையிட்டுக்கொள்ள எண்ணுகிறோமோ, அந்த இறைவனை எப்படி அழைத்து அலறுவது? இது நமக்குத் தெரியாது. இதை அப்பர் சுவாமிகள் சொல்லித்தருகிறார்.

"நெஞ்சே, நீ வா" என்று தொடங்கினவர், இறைவனைப் பற்றிச் சொல்கிறார். "அதோ பார் இறைவனை. அவனுடைய திருமுடியிலே உள்ள சடை தெரிகிறதா? செஞ்சடையாகிய அது ஒளி விடுகிறது. அதில் நிலவும் இருப்பதால் ஒளி சேர்ந்த சடையாக இருக்கிறது. ஒளி யென்றமாத்திரத்தில் சூரியனைத்தானே நீ நினைக்கிறாய்? சூரியனிடம் ஒளி இருப்பது போலவே வெப்பமும் இருக்கிறது. அப்படி இந்தச் சடை சிவப்பாகத் தழல்போல ஒளிவிடுவதால் இதிலும் வெப்பம் இருக்குமென்று அஞ்சாதே. இது தன்னிடத்திலே தண்மையை யுடைய கங்கையைத் தரித்த சடை. இறைவனுடைய புனிதத் தன்மையினால் புனிதமான கங்கை அது. உலகத்தில் மலப்பிணிப்பினால் மாசு ஏறிய உனக்கு இந்தப் புனிதன் அருள் கிடைத்தால் அந்த மாசெல்லாம் போய்விடும். ஆகையால் இந்தப் பெருமான் பெயரைச் சொல்லி அலறுவாயாக!! நிறைந்த ஒளி சேர்ந்ததும் கங்கையை உடையதுமாகிய

சடையையுடைய பெருமானே என்று கூவிப் போற்றுவாயாக!" என்கிறார்.

ஈண்டுஒளிசேர் கங்கைச் சடையாய் என்றும்.

[நெருங்கிய ஒளி சேர்ந்த, கங்கையை அணிந்த சடையை யுடையவனே என்றும். அலற நில்லே என்று முடிக்கப் போகிறார். ஈண்டுதல்-தொகுதல்;கடுதல்.]

"இருள் நிரம்பிய உலகில் உன் பார்வையில் ஒளி இல்லை. சூரியன் ஒளிதர நீ பார்க்கும் பார்வை புறப் பார்வை. காணும் காட்சியளவிலே ஒரு பொருளைத் தெரிந்து கொண்டதாக எண்ணி ஏமாறுகிறாய். புறத்தே ஒளி இருந்தும் அகத்தே இருள் படர்ந்தமையால் பொருள்களை உள்ளவாறு அறியாத மயக்கம் உன்பால் இருக்கிறது. அந்த இடர்கெடுமாறு நீ எண்ணினால் அகத்தே உள்ள இருளைப் போக்கும் சுடரை நாட வேண்டும். இறைவன் சுடருகின்ற ஒளிப்பிழம்பாக, அகத்தே விளங்கும் சோதி யாக நிற்பவன். அவனைக் கூவினால் அகவிருள் கெடும்; உண்முகப் பார்வையினால் பொருள்களின் உண்மையை உணரலாம்."

சுடர்ஒளியாய் உள்விளங்கு சோதி என்றும்.

[சுடர்கின்ற ஒளியாகி உள்ளத்தினுள்ளே விளங்கும் சோதியே என்று கூறியும்.]

"பொய்யான பொருள்களை யெல்லாம் மெய்யான பொருள்களாக எண்ணி மயங்குகிறாய் நீ. இந்த இடர்கெட வேண்டுமானால் எந்தப் பெருமானைக்

கண்ட மாத்திரத்திலே நிலையாமை புலப்படுமோ அவனிடத்தில் முறையிட்டுக் கொள்ள வேண்டும். சிவபிரான் தன்னுடைய திருமேனியில் தூய வெண்ணீற்றை அணிந்திருக்கிறான். அந்த நீறு உலகம் நிலையாதது என்பதைக் காட்டுகின்றது. நீறணிந்த திருத்தோளா என்று அவனை அழைத்து அரற்ற வேண்டும்."

தூநீறு சேர்ந்து இலங்கு தோளா என்றும்.

(தூய திருநீறு சேர்ந்து விளங்குகின்ற திருத்தோள்களை உடையவனே என்று சொல்லியும்.)

நம்முடைய இடர்கெடும்படி புகல் புகவேண்டுமானால் எந்த இடருக்கும் அஞ்சாத ஒருவனிடம் புக வேண்டும்.

நாம் ஒரு துன்பம் வரும்போது ஒருவனை அடைகிறோம். அவன் பின்னும் பெரிய துன்பம் வரும்போது வேறு ஒருவனை அடைபவனாக இருந்தால், நமக்குப் பயன் இல்லை. அமரரிடம் புகல் புகுவோம் என்றால் அவர்களும் அஞ்சி நடுங்கும் படி இடர்வந்த காலத்தில் அவர்கள் ஒருவனிடம் புகல் புகுந்தார்கள். அமுதத்தின் பொருட்டுத் தேவர்கள் பாற் கடலைக் கடைந்தபோது ஆலகால நஞ்சு எழுந்தது. அதற்கு அஞ்சி அரற்றினார்கள். சிவபெருமான் அந்தக் கடல் விஷத்தை எடுத்து நுகர்ந்தான். அதனுடைய காற்றுப் பட்டாலே பலர் இறந்து படுவார்கள். அத்தகைய நஞ்சை இறைவன் அமரர்களைக் காக்கவேண்டும் என்ற கருணையால் எடுத்து நுகர்ந்தான். அதைத் தன் திருக்கழுத்திலே தங்கும்படி வைத்தான். அவனுடைய கண்டத்தில் இன்னும் அந்த நஞ்சு இருக்கிறது; அதனால் இறைவன்

இருண்ட கண்டனாக, நீலமிடற்றுப் பெருமானாகக் காட்சியளிக்கிறான். ஆற்றலால் பெரியவர்களுக்கு வந்த இடரையே நீக்கும் பெருமான் அவன்: அவனைச் சரணடைந்தால் நின் இடர் போகும் என்று எடுத்துச் சொல்லவா வேண்டும்?"

கடல்விடமது உண்டு இருண்ட கண்டா என்றும்.

[பாற்கடலில் தோன்றிய நஞ்சை உண்டு கருநிறம் பெற்ற திருக்கழுத்தை உடையவனே என்று கூறியும்.
கடல்- பாற்கடல். விடமது: அது, பகுதிப் பொருள் விகுதி. கண்டம் கழுத்து,]

"அவன் தன் கையில் மான்கன்றை ஏந்தியிருக்கிறான். மான் எப்போதும் துள்ளிக் குதிப்பது, எதைக் கண்டாலும் மருள்வது. அதைக் கையில் தாங்கி அதன் ஓட்டத்தையும் மருட்சியையும் மாற்றித் தன் திருக்கரத்திலே நிலையாக இருக்கும்படி செய்திருக்கிறான். நெஞ்சமே, நீயும் எப் போதும் ஓரிடத்தில் நில்லாமல் உழன்று சுழன்று அதனால் இடர்ப்படுகிறாய். யார் யாரையோ கண்டு மருளுகிறாய். இந்த அலைச்சலையும் மருட்சியையும் அவன் போக்கிவிடு வான். அவனை நினைந்து நீ முறையிடு."

கலைமான் மறிஏந்து கையா என்றும்.

[ஆண் மான்கன்றை ஏந்தியிருக்கும் திருக்கரத்தை உடைய வனே என்று சொல்லியும்.]

தன்னை யார் யார் அழைக்கிறார்களோ அவர்களிடத் தில் போய் அருள்புரிய ஆயத்தமாக இருக்கிறான் அவன். தர்மத்தையே இடபமாக்கி அதன்மேல் ஏறி வருபவன் அவன். நினைத்த இடங்களுக்குப் போகத்தானே வாகனம் வேண்டும்? இறைவன் அன்பர்கள் அலறி அழைக்கின்ற இடங்களுக்குப் போகும்பொருட்டே இடபத்தை வாகன மாகக் கொண்டிருக்கிறான்.

"எத்தனையோ விதமான இன்ப நுகர்ச்சிகளை இவ்வுல கிலே நீ பெற்றிருப்பாய். ஆனால் அந்த இன்பங்கள் யாவும் இறுதியில் மரணத்திலே கொண்டுபோய் விடுகின்ற சிற்றின்பங்களே; குளிர்ந்து கொல்லும் நஞ்சைப் போன் றவை. இறைவனோ அமுதம் போன்றவன்; தெவிட்டாது இனிக்கும் அமுதம் அவன்; மரணமில்லாப் பெருவாழ்வை நல்கும் அமுதம். அவனைப்போல் வேறு யாரும் இல்லை. அவன்தான். எல்லோருக்கும் ஆதி. ஆதலின் அவனை நினைந்து புலம்பு."

அடல்விடையாய் ஆரமுதே ஆதி என்றும்.

(ஆற்றலையுடைய இடபவாகனத்தையுடையவனே, தெவிட் டாத அமுதம் போன்றவனே, எப்பொருளுக்கும் மூலகாரண மான முதற் பொருளே என்று கூறியும்.)

இப்படி இருக்கும் பெருமான் தன்னை உலகில் உள்ளவர் மறவாமல் இருக்கும்படி அவ்வப்போது சில இடங்களில் அருள்விளையாட்டை நடத்தினான். அவற்றை மக்கள் நினைத்து வழிபடும்பொருட்டுத் திருக்கோயில்களை அன்பர்கள் நிறுவ, அவற்றில் திவ்யமங்கள மூர்த்தியாய் எழுந் தருளியிருக்கிறான். திருவாரூரில் தியாகேசனாகக்

கோயில் கொண்டிருக்கிறான். ஆரூரா என்று சொல்லிச் சொல்லி நீ அலறிக்கொண்டிரு. உன் இடர்கள் கெடும்."

ஆரூரா என்றென்றே அலறா நில்லே.

(திருவாரூரில் எழுந்தருளியிருப்பவனே என்று சொல்லிச் சொல்லி அலறி நிற்பாயாக.அலறா நில் என்றது இடைவிடாது புலம்புவாயாக என்ற பொருளையுடையது. என்று என்றே. அலறா - அலறி.)

"கங்காதரா, சடாதரா, சோதி, நீறு பூசிய நின்மலா, நீலகண்டா, மிருக பாணி, இடப வாகனா, அமுதமே. ஆதியே, ஆரூரா" என்று இடைவிடாது புலம்பினால் இடர் கெடும் என்று உபதேசிக்கிறார். வாகீசர்.

இடர்கெடுமாறு எண்ணுதியேல் நெஞ்சே நீவா;
ஈண்டொளிசேர் கங்கைச் சடையாய் என்றும்
சுடர்ஒளியாய் உள்விளங்கு சோதி என்றும்
தூநீறு சேர்ந்திலங்கு தோளா என்றும்
கடல்விடமது உண்டுஇருண்ட கண்டா என்றும் கலைமான் மறிஏந்து கையா என்றும் அடல்விடையாய் ஆரமுதே ஆதி என்றும்
ஆரூரா என்றென்றே அலறா நில்லே.

[நெஞ்சே, எண்ணுதியேல் வா; என்றும் என்றும் என்றும். என்றென்றே அஸ்றா நில் என்க.என்றென்றும் என்றென்று என நின்றது; விகாரம்.]
இது முப்பத்தோராம் பதிகத்தில் உள்ள முதற் பாட்டு.

புண்ணியனைக் கண்டேன்

திருவையாற்றுக்கு அருகில் திருப்பூந்துருத்தி என்ற தலம் இருக்கிறது. திருவையாற்றில் நடைபெறும் சப்த ஸ்தான உற்சவத்தில் கலந்து கொள்ளும் ஏழு மூர்த்திகளில் திருப்பூந்துருத்தியில் எழுந்தருளியிருக்கும் பெருமானும் ஒருவர், அத்தலத்தில் திருநாவுக்கரசருக்கு ஈடுபாடு மிகுதியாக உண்டு. அங்கே அவர் ஒரு திருமடம் அமைத்துக்கொண்டு பலகாலம் தங்கி இறைவனைப் பல பதிகங்களால் துதித்து வழிபட்டார்.

திருப்பூந்துருத்திக்கு முதலில் வந்து திருக்கோயிலுக்குள் சென்றார். அவருடைய உள்ளத்தே அன்பு பொங்கியது. உணர்ச்சி விஞ்சியது. நேர்ந்தபரி வொடுந்தாழ்ந்து நிறைந்தொழியா அன்பு பொங்க, வார்ந்த கண்ணீர் மழை தூங்க அயர்வுறுந் தன்மையர் ஆனார்.'

உணர்ச்சி பொங்கும் பொழுது மனமுருகிக் கவிபாடும் வாகீசர் இறைவனைக் கண்ட பேரானந்தத்தை ஒரு திருத் தாண்டகத்தால் வெளியிடத் தொடங்கினார். "திருப்பூந் துருத்தியில் நான் கண்டேன்" என்று பெருமிதத்தோடு பாடினார்.என்னை ஆட்கொண்டு, என்னுடைய மனத்தைப் பக்குவப்படுத்தி மெய்யான அருளின்ப அநுபவத்தை வழங்கிய பெருமானைக் கண்டேன்' என்று ஆராமை மீதூரப் பத்துப் பாடல்களைப் பாடினார். முதற் பாசுரத்தை இங்கே பார்க்கலாம்.

நாவுக்கரசர் பேசுகிறார்:

என் மனம் காற்றாய்ச் சுழன்று பேயாய் அலைந்தது. அது பற்றாத பொருள் இல்லை; பற்றி ஒரு கணம் நின்ற இடமும் இல்லை. ஒரு கணம் பற்றியதை மறுகணம் பற்றாமல், ஓரிடத்தில் நில்லாமல் அலைந்து திரிவதையே தன் இயல்பாகக் கொண்ட இந்த மனத்தை நிறுத்துவதென்பது என் ஆற்றலுக்குள் அடங்கியதாக இல்லை.

அது போன வழி யெல்லாம் நான் போய்க் கொண்டிருந்தேன். அதனால் நான் கண்டது துன்பந்தான். இத்தகைய பேய்மனம் நின்றது. ஒன்றையே பற்றி நின்றது. இறைவனுடைய தியானத்திலே ஒன்றி நின்றது, அவனை நினைக்கும் நிலை என் நெஞ்சுக்கு உண்டாயிற்று. அந்த நிலையை அது தன் முயற்சியாற் பெறவில்லை. அது முன்பு என்றும் நினையாத நெஞ்சு ஆயிற்றே. நானும் முயன்றிலேன். இறைவனே தன் கருணைமிகுதியால் என் நெஞ்சை வழிப் படுத்தித் தன்னை நினைக்கச் செய்தான். நினையா என் நெஞ்சை நினைவித்தான்.

இந்த நிலையை நான் பெற்றபோது எனக்கே வியப்பாக இருந்தது. இதை எப்படி இறைவன் நிறுத்தினான் என்று ஆராய்ந்தேன். அவனுக்கு இதைப்போன்ற செயல்களே விளையாட்டாக இருக்கின்றன என்று உணர்ந்தேன். ஓரிடத்தில் நில்லாமல் ஓடி அலைகொந்தளிக்கப் பாய்ந்து வந்த கங்கையைத் தன் சடையிலே நிற்கச் செய்தான். "என்னைத் தாங்குவார் யார்?" என்று அது கொந்தளித்து வந்தது. அப்போது அதனைத் தன் சடையின்மேல் அடங்கி நிற்கும் படி செய்தான். நில்லாத நீரைச் சடையின்மேல் நிற்பித்த பெருமானாதலினால் நினையா என் நெஞ்சை நினைவித்தான்.

எப்போதும் திரிந்து உழன்ற மனத்தைத் தன் அருளால் நிறுத்தித் தன்னை நினைக்கச்செய்த அந்தப் பெருமானை நான் பூந்துருத்தியில் கண்டேன்.

நில்லாத நீர்சடைமேல் நிற்பித் தானை
நினையாஎன் நெஞ்சை நினைவித் தானை
பூந்துருத்திக் கண்டேன் நானே.

அவனை நினைக்கப் பண்ணியதனால் என்ன பயன்? எங்கும் சென்ற மனம் ஓரிடத்தில் நின்று இறைவனை நினைப்பது வியப்பான செயல்தான். அந்த வியப்பு ஒன்று தான் கண்ட பயனா? அப்பர் சுவாமிகள் மேலே சொல் வதைக் கேட்போம்:

நான் எத்தனையோ கற்றேன். சமய நூல்களைக் கற் றேன். சமண நூல்களைக் கற்றுப் பலரும் வியக்கும் புலமை யுடையவனாக விளங்கினேன். இலக்கிய இலக்கணங்களையும் கற்றுத் தேர்ந்தேன். என் அலைந்திருந்த காலத்தில் அந்த அலைச்சலை அடக்கி அமைதிபெற வழிதெரியாமல் ஏதேதோ கற்றேன். ஆனால் நானாகக் கற்ற அப்போது உண்மையில் நான் ஒன்றும் கற்கவில்லை. என் மனத்தை நிறுத்தித் தன்னை நினைக்கச் செய்தானே, அப்போது நான் புதிதாக ஏதும் கற்க முயலவில்லை. ஆனால் அப்போதுதான் முன்பு கல்லாத கல்வியை யெல்லாம் கற்றுக் கொண்டேன். என் முயற்சியின்றியே தன் கருணை மிகுதியால் எனக்கு அநுபவத்தின் மூலமாகக் கற்பித்தான். அதுகாறும் நான் கற்ற கல்வி பயனில்லாத கல்வியாக ஒழியக் கல்லாத கல்வி யைக் கற்பித்து இன்புறுத்தினான் இறைவன். அவனை அல்லவா நான் பூந்துருத்தியில் கண்டு உருகிப் போனேன்!

கல்லா தனஎல்லாம் கற்பித் தாக
பூந்துருத்திக் கண்டேன் நானே.

மனம் நின்றது, அவனை நினைந்தது; கல்லாத கல்வி யைக் கற்றேன் என்ற அளவில் நின்றால் சருகு அரித்தபடி தானே ஆகிறது? இவைகளெல்லாம் சாத்தியநிலை அல்லவே! சாதனந்தானே? என்ன லாபம் கைமேல் கிடைத்தது?

இப்படிக் கேட்டுப் பார்க்கலாம். அப்பர் கூறும் விடையை இப்போது கேட்கலாம்;

ஆம், அவன் அருளே கற்பிக்க நான் கல்லாதன வெல் லாம் தெரிந்து கொண்டேன். அதற்குமேல் இதற்குமுன் அறியாத இன்பத்தை யெல்லாம் கண்டு கொண்டேன். அமைதி பெறாத மனத்தை வைத்துக் கொண்டு கல்வி யென் னும் காட்டில் உழன்று திரிந்து மேலும் மேலும் கவலைக்கு ஆளாகி அநுபவத்தில் ஒன்றையும் நின்ற எனக்குக் கல்லாக் கல்வி ரேண்மல் நூலறிவோடு வரும் வாலறிவைத் தந்தான்; அதன்பயனாகிய இன்ப அநுபவத்தைத் காட்டி ன். காணாத இன்பங்களைக் காட்டி யருளினான்.பூந்துருத் தியில் அத்தகைய அருட்கடலையே கண்டேன்.

காணா தனவெல்லாம் காட்டினானை...
பூந்துருத்திக் கண்டேன் நானே.

இன்னும் என்ன அநுபவம் கிடைத்தது? - இந்தக் கேள்விக்கு நாவுக்கரசர் விடை கூறுகிறார்:

அவன் என்னோடு பேசினான். நானும் நீங்களும் பேசுவது போன்ற பேச்சா அது? சொல்லின் அளவைக் கடந்த இன்பச் சுழலிலே என் தனி நாயகனாகிய ஐயனுடைய பேச்சு, பேசாத பேச்சு அல்லவா? அங்கே மற்ற யாரும் சொல்ல முடியாதவற்றைச் சொன்னான்; என்னை உணர வைத்தான். வாய் படைத்தார் சொல்லும் சொற்கூட்டத் துக்குள் அடங்காத சொல்லை அவன் சொன்னான்; சொல்லாமற் சொன்னான்.

அப்படிச் சொன்னதை நான் முதலில் கவனிக்கவில்லை. காதுகேட்க, வாயாலே சொன்னதைக் கேட்டுக் கேட்டுப் பழகிய எனக்கு அவன் பாஷை புரியவில்லை. ஆனாலும் அவன் என்னைவிட வில்லை. என்னைத் தொடர்ந்து வந்தான் சொல்லாதன வெல்லாம் சொன்னான். அடியேனை ஆட் கொண்டான்.

அவனுக்கு ஆளாகிய அப்பொழுதே என் நோய் கழன்றது. மணிமந்திர ஔஷதங்களால் தீராத பொல்லாத நோய் அது. அதைத் தீர்த்தான் புனிதனாகிய எம்பெருமான். அவன் மாசற்றவன்; தூயவன்; புனிதன். என் மாசை அறுத்து நோய் நீக்கிய பெருமான். பாவத்தால் துன்புற்று அலையும் என்போலியரை ஆட்கொண்டு இன்பூட்டும் புண்ணியன் அவன். அந்தப் புண்ணிய மூர்த்தியைத்தான் நான் திருப்பூந்துருத்தியிற் கண்டேன்.

சொல்லா தனஎல்லாம் சொல்லி என்னைத்
தொடர்ந்திங்கு அடியேனை ஆளாக் கொண்டு
பொல்லாளன் நோய் தீர்த்த புனிதன் தன்னைப்
புண்ணியனைப் பூந்துருத்திக் கண்டேன் நானே.

இறைவன்பால் மனம் ஒன்றி அவனை எப்போதும் நினைக்கும் திருவுடையாருக்கு உயிருக்குள் இன்பம் ஊட்டுகின்ற கல்வியும் காட்சியும் கிடைக்கும். எங்கும் பரந்து நிறைந்துள்ள இறைவன் அவர்தம் உள்ளத்துள்ளே இருந்து யாவற்றையும் குறிப்பாற் புலப்படுத்துவான். தன்னை உண்மையன்போடு பற்றினவரை அவன் என்றும் பிரியாமல் அருள்புரிந்து அவர்களுடைய இடர்களைப் போக்கியருள்வான்' என்ற கருத்துக்களை நாவுக்கரசர் இப் பாடலால் புலப்பட வைக்கிறார்.

நில்லாத நீர்சடைமேல் நிற்பித் தானை
நினையாஎன் நெஞ்சை நினைவித் தானைக்
கல்லா தனஎல்லாம் கற்பித் தானைக்
காணா தனஎல்லாம் காட்டி னானைச்
சொல்லா தனவெல்லாம் சொல்லி என்னைத்
தொடர்ந்திங் கடியேனை ஆளாக் கொண்டு
பொல்லாஎன் நோய்தீர்த்த புனிதன் தன்னைப்
புண்ணியனைப் பூந்துருத்திக் கண்டேன் நானே.

[நில்லாத நீர்-கங்கை, நினைவித்தானை - நினைக்கும்படி செய்தவனை. புனிதனை - தூயவனை]

இந்த அருமைப் பாசுரத்தோடு மாணிக்கவாசகப் பெருமான் அருளிய பின்வரும் திருப்பாட்டும் ஒப்பு நோக்கு தற்கு உரியது.

கேட்டு ஆரும் அறியாதான், கேடொன் றில்லான்,
கிளை இலான், கேளாதே யாவும் கேட்டான்.
காட்டார்கள் விழித்திருக்க ஞாலத் துள்ளே

நாயினுக்குத் தவிசிட்டு நாயி னேற்கே காட்டா
தனஎல்லாம் காட்டிப் பின்னர்க்
கேளா தனஎல்லாம் கேட்பித்து என்னை மீட்டேயும்
பிறவாமற் காத்தாட் கொண்டான்;
எம்பெருமான் செய்திட்ட விச்சை தானே!

(திருச்சதகம்)

முன் உள்ள நாவுக்கரசர் பாசுரம் ஆறாந்திருமுறையில் 43-ஆம் பதிகத்தில் முதற்பாட்டாக அமைந்திருக்கிறது.

ஊழ்வினை வந்தால் என்ன?

உடம்பில் கடுமையான நோய் வந்து மருத்துவரிடம் காட்டுகிறார் ஒருவர். மருத்துவர் 'ஆபரேஷன்' செய்ய வேண்டும் என்று சொல்கிறார். கருவிகளால் கீறியும் அறுத்தும் தைத்தும் மருத்துவர்கள் 'ஆபரேஷன்' செய் கிறார்கள். அந்தச் சிகிச்சையைச் செய்யும்போது நோயா ளிக்குத் துன்பம் தெரியாதபடி மயக்க மருந்து கொடுத்துவிடுகிறார்கள். இப்போதெல்லாம் எந்தப் பகுதியிலே சஸ்திர சிகிச்சை செய்யவேண்டுமோ, அந்தப் பகுதி முழுவதும் உணர்ச்சி இல்லாமல் மரத்துப் போகும்படி ஊசியினால் ஒரு மருந்தை முதலில் ஏற்றுகிறார்கள்.

புண்ணைக் கீறும்பொழுதும் அறுக்கும்பொழுதும் இரத்தம் வெளியில் வருகிறது. ஆனால் நோயாளிக்கு அப்போது வேதனை தெரிவதில்லை. நோயாளி உயிரோடு இருக்கும்போதே அவன் உடலில் உள்ள உறுப்புக்களை அறுக்கிறார்கள். அப்படிச் செய்யும்போது உண்டாகும் வலி உறைக்காதபடி மயக்க மருந்து செய்துவிடுகிறது.

உலகில் பிறந்தவர்கள் யாவரும் ஊழினால் இயக்கப்படு கிறார்கள். ஊழ்வினை எப்படியாவது தன் வலிமையைக் காட்டிவிடும். அதை மாற்றவே முடியாது. ஆனால் அதனால் உண்டாகும் துன்பங்களை உணர முடியாத நிலையைப் பெறலாம். கருவிகளால் அறுக்கும் போது நோயாளியின் உடம்பில் இரத்தம் வந்தாலும் அவன் வேதனையை உணராமல் இருப்பது போல், அந்த

நிலையில் ஊழின் விளைவு நிகழ்ந்தாலும் அந்த விளைவினால் துன்பம் உறாமல் இருக்கலாம்.

நோயாளிக்கு மரக்க அடிக்கும் மருந்து உதவுவது போல, அறிவுள்ள மக்களுக்கு இறைவன் திருவருள் உதவுகிறது. "ஐயோ! தலைவிதியே!" என்று துன்பம் வருவதற்கு முன்பிருந்தே மனம் நைந்து வருந்தத் தொடங்கும் பேதை யரைப் போலன்றி, வருவது வரட்டும் என்று தைரியத்தோடு இருந்து, இறைவனுடைய திருவடி நினைவோடு வாழ்பவர்களுக்கு ஊழினால் உண்டாகும் துன்பங்கள் உறைப்பதில்லை. மற்றவர்களெல்லாம் ஊழ்வினைக்கு அஞ்சுவார்கள். இறைவனுடைய மெய்யன்பர்கள் அஞ்சுவது இல்லை. அன்பர்களுக்கு ஊழ்வினை இல்லை என்று கொள்ளக் கூடாது. ஊழ்வினை வந்து ஊட்டுவதினின்றும் தப்புவார் யாரும் இல்லை. கத்தி மேலே பட்டுக் காயம் உண்டானால் துடித்துப் போகிற மனிதன், மருத்துவர் அறுக்கும்போது வேதனை தெரியாமற் கிடக்கிறான். அவ்வாறே அருள் பெறாதபோது சிறிய இன்னலையெல்லாம் கண்டு அஞ்சுபவனே இறைவன்பால் அன்புடையவனாகி அவனருளைப் பெற்றுவிட்டால்,எது வந்தாலும் அஞ்சாமல் வேதனை உறாமல் வாழ்வான்.

அத்தகைய அன்பர்கள், "ஊழ்வினை வந்து அடைந்தால் என்ன? அதற்கு நான் அஞ்சேன்" என்று சொல்வார்கள். இத்தகைய நிலையை அடைந்தவர் திருநாவுக்கரசு சுவாமிகள்.

'சுவாமி, ஊழ்வினைக்கு நீங்கள் அஞ்சமாட்டீர்களா? "மாட்டேன். இந்த உலகில் யான் வாழுமளவும் ஊழ்

வினை வந்தடையும் என்பதை அறிவேன். வந்தால் என்ன? எனக்கு அதுபற்றிக் கவலை இல்லை.

சூழ்உலகில் ஊழ்வினைவந்து உற்றால் என்னே?

உங்களுக்கு அத்தகைய தைரியம் வரக் காரணம் என்ன?

"எனக்குத் துன்பம் என்பதே இல்லை. இன்பமே எந் நாளும்; துன்பம் இல்லை."

"எங்களுக்கு உள்ள துன்பங்களுக்கு அளவே இல்லையே! உங்களுக்குத் துன்பம் இல்லாமல் இருக்க என்ன செய்தீர்கள்?"

"நானும் உங்களைப் போலத் துன்பங்களால் அலைப் புண்டவன்தான். எத்தனைதான் துன்பத்தைப் போக்க வேண்டுமென்று முயன்றாலும் அவை என்னை விட்டு நீங்காமலே இருந்தன. அப்படித் துறவாமல் இருந்த துன்பங்களை நான் துறந்துவிட்டேன். இந்த நிலையில் ஊழ்வினை வந்து உற்றால் எனக்கு ஒரு துன்பமும் வராது."

"எப்படித் துன்பத்தைத் துறந்தீர்கள்? அதனை ஓட்டுவதற்கு என்ன படை உங்களுக்குக் கிடைத்தது?"

"துன்பத்தை நோக்கி நான் ஒன்றும் செய்யவில்லை. ஆனால் துன்பமே இல்லாத இன்ப மயமான இறைவனை வழிபட்டேன். அவனிடம் அன்பு முறுக முறுக இந்தத் துன்பம் கழன்று போயிற்று."

'இறைவனை வழிபடும் வழி யாது?'

"நாள்தோறும் நீரில் மூழ்கி நறுமலர் கொய்து இறைவன் திருவடியைப் பூசித்து வாழ்த்தி அன்பு செய்ய வேண்டும். அப்படிச் செய்தால் நம் உள்ளம் இறைவன் நினைவிலே தோய்ந்துவிடும். துன்பத்தை உணராத நிலை வரும்."

"இறைவனை வழிபட்டால் துன்பத்தை நீங்கி நிற்கும் நிலை எங்களுக்கு வருமா? எந்தத் துன்பமானாலும் நீங்குமா?"

"தன்னிடம் யார் வந்து வேண்டினாலும் வாழ்த்தினாலும் அவர்களுடைய துன்பத்தை நீக்கும் தர்மமூர்த்தி அவன். இறைவனுடைய பெருமையை உள்ளபடி உணராதவர்கள் வானவர்கள். ஆனாலும் கடலில் நஞ்சு எழுந்தபோது அவர்கள் யாவரும் உறவாகி ஓடிவந்து வேண்டிக்கொண்டார்கள். அப்போது இறைவன் கருணை பூண்டு அந்த நஞ்சை உண்டு உய்யக்கொண்டான். அமரர் களுடைய துன்பத்தையே நீக்கின அறப்பெருஞ்செல்வ னுக்கு நம்முடைய துன்பம் எம்மாத்திரம்? அவனை அடைந்தால் அவன் அஞ்சேல் என்று குறிப்பிப்பான். று அவன் திருக்கோலத்தைக் கண்டால் அஞ்சேல் என்ற கரத்தை உடையவன் என்பது தெரியும்."

"அப்படிக் கோலம் கொண்டு இறைவன் எழுந்தருளி யிருப்பான் என்றால் நாங்களும் அவனை அடைந்து நீரில் மூழ்கி மலர் கொய்து இட்டுக் கழலை வாழ்த்தலாமே. அவன் இருக்கும் இடம் எது?"

"அவன் இல்லாத இடமே இல்லை. ஆயினும் புறக் கண்ணால் கண்டு வழிபடுவதற்கு ஏற்றபடி தேவர்களைக்

காக்கும் தலைவனாகிய அவன் இந்த மண்ணுலகத்திலும் கரசரணாதி அவயங்களையுடைய திவ்விய மங்கள மூர்த்தியாகி, வழிபடுவார்க்கு அருள் சுரக்கிறான்."

"மண்ணுலகில் அவனுடைய திவ்வியமங்கள மூர்த்தத்தை எங்கே காணலாம்?"

"திருக்கோயில் தோறும் காணலாம். சோழநாட்டில் உள்ள திருவாவடுதுறையிலே அமரர் ஏறாகிய அவனைக் கண்டு தரிசித்தேன். நீங்களும் தரிசியுங்கள். அஞ்சேல் என்று அருள்வாயாக என்று வேண்டிக்கொண்டு நான் தரிசித்தேன்."

அப்பர் சுவாமிகள் இப்படி யெல்லாம் வினாவுக்கு விடை கூறவில்லை. ஆனால் இத்தகைய வினாக்கள் எழுமானால், அவற்றிற்குத் தக்க விடைகளை அவர் திருவாவடு துறையில் எழுந்தருளியிருக்கும் பெருமானை பாடிய பாசுரம் சொல்கிறது.

நறுமா மலர்கொய்து நீரில் மூழ்கி
நாள்தோறும் நின்கழலே ஏத்தி வாழ்த்தித் துறவாத துன்பம் துறந்தேன் தன்னைச் நோக்கிப்
சூழுலகில் ஊழ்வினைவந்து உற்றாம் என்னே?
உறவாகி வானவர்கள் முற்றும் வேண்ட
ஒலிதிரைநீர்க் கடல் நஞ்சுண்டு உய்யக் கொண்ட அறவா!
அடியேனை அஞ்சல் என்னாய்,
ஆவடுதண் டுறை உறையும் அமரர் ஏறே!

[மணம் வீசும் பெரிய மலர்களைக் கொய்து நீரிலே மூழ்கித் தினந்தோறும் நின்னுடைய திருவடிகளையே

துதிசெய்து வாழ்த்தி, அதனால் அது காறும் நீங்காத துன்பங்களையெல்லாம் விட்டொ ழிந்த என்னை இப்போது யாவரும் வினைகளைச் செய்யும் இவ் வுலகில் ஊழ்வினை வந்து அடைந்தால் எனக்கு உண்டாகும் துன்பம் என்ன? தேவர்கள் இறைவனிடத்தில் உறவுடையவராய் அனைவரும் வந்து வேண்ட, ஒலிக்கின்ற அலைகளையுடைய நீர் நிரம்பிய கடலில் எழுந்த நஞ்சை உண்டு அவர்களை உயிர் பிழைக்குமாறு செய்தருளிய அறமே உறவான அண்ணலே! அடி யேனை அஞ்சாதே என்று சொல்வாயாக; திருவாவடுதுறையில் எழுந்தளிருக்கும் தேவர்கள் தலைவனே!

மா -பெருமை; அளவினாலன்றி மணத்தாலும் அழகாலும் ண்டான பெருமை. நீரில் மூழ்கி மலர் கொய்து என்று மாற்றிக்கொள்ளவேண்டும். கழல் - வீர கண்டை; இங்கே அதை அணிந்த திருவடியைக் குறித்தது; ஆகுபெயர். ஏத்துதல், ஒன்றன் சிறப்பை எடுத்துரைத்தல். வாழ்த்துதல், வாழ்க என்று கூறுதல், துறவாத - முன்பு என்னை விட்டு நீங்காத, துறந்தேன் விட்டொழித்தேன். சூழ்தல்- செய்தல்; சுற்றுதல் என் றும் கொள்ளலாம். எனக்கு வரும் துன்பம் என்ன? எனக்கு என்ன கவலை என்றும் சொல்லலாம்.

உறவு - நட்பு. தேவர்கள் சில சமயங்களில் இறைவனுடைய பெருமையை எண்ணாமல் தக்கனுடைய யாகத்துக்குச் சென்றது போல் சில செயல்கள் செய்து பகையாவதும் உண்டாதலால், உறவாகி என்றார். வானவர்கள் தனித்தனியே வந்து தங்கள் தங்கள் துன்பங்கள் போகும்படி வேண்டிக்கொள்வதுண்டு.

ஆனால் இப்போது அனைவரும் வந்து வேண்டினார்களாதலின், முற்றும் வேண்ட' என்றார்.

அமுதம் கடைந்தது உப்புக்கடலில் என்பது ஒரு மரபு. 'ஆதலின் ஒலி திரை நீர்க்கடல் நஞ்சுண்டு' என்றார். "அப்புறுத்த கடல்நஞ்சம் உண்டான் தன்னை" என்று அப்பரும், "காரூர் கடல் விடமுண்டு" என்று சுந்தரரும், "தாழி தரையாகத் தண்ட யிர் நீராகத் தடவரையே மத்தாகத் தாமரைக்கை கோவ, ஆழி கடைந்தமுதம் எங்களுக்கே ஈந்தாய்"(சரபங்கர் பிறப்பு நீங்கு படலம், 29) என்று கம்பரும் கூறுவது காண்க..

துன்பம் துறந்தேன் என்று சொன்னாலும் அந்த நிலையினால் செருக்கு அடையாது பின்னும் பணிவுபூண்டவராகி இறைவனை நோக்கி இரக்கின்றாராதலின் அடியேனை அஞ்சேல் என்னாய் என்றார். ஆவடுதுறை, சோழ நாட்டில் காவிரிக்குத் தென் கரையில் உள்ளது; அம்பிகையின் பசு உருவை இறைவன் நீக்கிய தலமாதலின் ஆ அடுதுறை என்ற பெயர் பெற்றது. ஏறு. ஆண்சிங்கம்; இங்கே தலைவன் என்பதைக் குறிக்க வந்தது.]

இந்தப் பாடல் ஆறாந் திருமுறையில் 47 -ஆம் பதிகத்தில் ஐந்தாவதாக உள்ளது.

கவிதையைப் பாடுவதற்குப் பிறவியிலேயே அமைந்த ஆற்றல் வேண்டும் என்று அறிஞர்கள் சொல்வார்கள். புலமை உடையவர்கள் யாவருமே கவித்துவம் உடையவர்க ளாக இருக்க முடியாது. பழங்காலத்தில் கவித்துவம் உடையவர்களையே புலவர் என்று சொல்வது வழக்கம்.

கவியை நுகர்வதற்கும் தனிப் பண்பு வேண்டும். கவிதை வாழ்வதற்கு இன்றியமையாதவர்கள் அதை நுகர்பவர்களே. கவிஞர்கள் ஊக்கம்கொள்வதும், மேன் மேலும் கவிமழை பொழிவதும் கவிதையை நுகர்பவர்கள் அளிக்கும் ஆதரவைப் பொறுத்தே அமையும்.

சொல் இல்லாமல் கவிதை இல்லை. ஆனாலும் கவிதை வெறும் சொற்குவியல் ஆகாது. கல்லைக் குவித்திருக்கிற இடத்தை நாம் பார்க்கிறோம். அந்தக் குவியலில் உள்ள கற்களே கோயில் ஆகிறது. ஆனால் அவற்றை வெறும் குவியலாகக் கொட்டின அளவில் கோயில் ஆகி விடாது. அந்தக் கற்களையே சிற்பி ஒருவன் தன்னுடைய கற்பனையினால் அமைக்கும் முறையில் அமைத்துக் கட்டினால் கோயில் ஆகிவிடுகிறது. கற்குவியலைப் பார்க்கும் கண்ணோடு கோயிலைப் பார்த்தால் அதன் அருமை தெரி யாது. இத்தனை கற்களை அடுக்கியிருக்கிறான் என்றா அந்தக் கோயிலுக்குப் பெருமை கூறுவது? வெறும் கல்லை மாத்திரம் பார்க்கிறவர்களுக்குச் சிற்பியின் உண்மைத் திறமை தெரியவே தெரியாது,

இவ்வாறே கவிதையில் உள்ள சொற்களை மாத்திரம் பார்த்து மகிழ்பவன் கவிதையை நுகர்ந்தவன் ஆகமாட்டான். சொற்களின் குவியலைக் கண்டு மகிழ்வதுதான் கவிதை நுகர்ச்சியாகும் என்றால் வேறு வேறு காவியங்களைப் படிக்கவேண்டாம். ஓர் அகராதியை வாங்கி வைத்துக் கொண்டு புரட்டலாம். எல்லாக் காவியத்திலும் உள்ள சொற்கள் யாவும் அகராதியில் இருக்கின்றன.அதனால் எல்லாக் காவியங்களையும் படிப்பதனால் உண்டாகும் இன்பம் அகராதி ஒன்றைப் படிப்பதனால் உண்டாகிவிடும் என்று சொல்லலாமா? அகராதியில் சொற்கள் இருக் கின்றன. ஆனால் கவிதை இல்லை.

சொற்களின் கட்டுக்கோப்பைக் கவிதையிலே காண் கிறோம். கல்லையெல்லாம் சேர்த்து ஒரு கட்டிட உருவ மாக்கிக் கோயிலை அமைக்கிறான் சிற்பி. அதுபோலச் சொற்களைக் கூட்டி இணைக்கும் வகையில் இணைத்துக் கவிதையைத் தருகிறான் கவிஞன். ஆகவே சொற்கள் சேர்ந்து ஓர் உருவத்தைப் பெற்று நின்றால் கவிதையாகி விடும் என்று சொல்லலாமா? அதுவும் அன்று.

கற்களையெல்லாம் இணைத்துக் கட்டிடமாகக் கட்டி விட்டால் கோயில் ஆகிவிடாது; அதற்குள் கடவுளின் திருவுருவத்தைப் பிரதிஷ்டை செய்ய வேண்டும். அப்போது தான் அது கோயில் ஆகும். தனித் தனியே உடம்பின் அவயவங்களைத் துண்டாகப் போட்டிருந்தால் அந்தக் குவியல் மனிதனாகாது. உறுப்புக்கள் அந்த அந்த இடத்தில் அமைந்து எல்லாம் இணைந்து நிற்கவேண்டும்.அப்படி இணைந்து நின்றாலும் அந்த இணைப்பை உடம்பு என்று சொல்லலாமே ஒழிய மனிதன் என்று சொல்ல இயலாது. பிணத்தில் அங்கங்கள்

அந்த அந்த இடத்தில் இருக்கின்றன; எல்லாம் இணைந்திருக்கின்றன. ஆனாலும் பிணம் மனிதன் ஆவதில்லை; அதற்கு உயிர் இல்லை.

அப்படியே வெறும் சொற் கூட்டம் கவிதை ஆகாது; உருவத்தோடு இணைந்த சொற்களும் கவிதையாகா முன்னையது வெறும் சொற்குவியல்: பின்னையது செய்யுள். அதாவது ஒன்றோடு ஒன்று தொடர்புடைய சொற்களின் கோவை. அந்தச் சொற்கோவைக்குப் பொருள் உண்டு. உரைநடையில் சொற்கள் தொடர்ந்து ஒரு பொருளைத் தருவதுபோல அந்தச் சொற்கோவையும் ஒரு பொருளைத் தரலாம். நான் பாட்டுக் கட்டினேன்' என்று சிலர் சொல்வதைக் கேட்டிருக்கலாம். அப்படிக் கட்டின சொற்கோவை அது. அதைக் கட்டிய செய்யுள் என்று சொல்லலாம்; பாடிய பாட்டு என்றோ கவிதை என்றோ சொல்ல ஒண்ணாது. பின்னே கவிதை என்பது என்ன? கவிதையின் உயிர் எங்கே இருக்கிறது? கவிதைக்குச் சொற்கள் வேண்டும்; சொல் இல்லாமல் கவிதை இல்லை. ஆனால் சொல்லளவிலே கவிதை நிற்பதில்லை. சொற்களின் கட்டுக்கோப்பாகிய உருவம் கவிதைக்கு இன்றியமையாதது; ஆனால் அந்த உருவத்தளவிலே கவிதை நின்றுவிடுவதில்லை. அதற்கு மேலே கவிஞன் தன் உள்ளத்தே தோன்றிய உணர்ச்சியைக் கவிதையிற் புலப்படுத்துகிறான். அதுதான் கவிதைக்கு உயிர். சொல்லும் சொல்லை இணைக்கும் திறமை யும் படிப்பினாலே ஒருவனுக்குக் கிடைக்கலாம். ஆனால் உணர்ச்சிக்கு உருவங்கொடுத்துச் சொல்லில் வடிக்கும் ஆற்றல் கவிஞன் ஒருவனுக்குத்தான் கிடைக்கும். அது வெறும் புலமையினாலே வருவதன்று. கருவிலே அருள் உடையாருக்குத் தான் வரும்.

கோயிலுக்குச் செல்பவன் அதில் உள்ள கற்களையும் கட்டிட விசேஷத்தையும் கண்டு மகிழ்ந்துவந்தால் அவனைக் கோயிலுக்குப் போய்வந்தவன் என்று நாம் எண்ண மாட்டோம். கட்டிடத்தை மேற்பார்வையிடுபவன் என்று தான் சொல்வோம். கட்டிடக் கலையின் இலக்கணம் தெரிந்தவனாக இருந்தாலும் கூடக் கோயிலை வெறும் கட்டிடமாகப் பார்த்தவன் கோயிலைப் பார்த்தவன் ஆகமாட்டான். கோயிலை நன்றாகப் பார்த்தாலும் பார்க்காவிட்டாலும் உள்ளே புகுந்து அங்கே எழுந்தருளியிருக்கும் மூர்த்தியைத் தரிசித்தவனே கோயிலுக்குப் போனவன் என்று சொல்லும் தகுதியுடையவன். அவன் கூடப் பக்தன் ஆகமாட்டான். கோயிலுக்குப் போவதனால் உண்டாகும் பயனை நன்கு பெற்றவனே பக்தன். கடவுளைத் தரிசனம் செய்து அந்த மூர்த்தியின் தத்துவத்தை உணர்ந்து உணர்ச்சி விஞ்சிக் கண்ணீர் ஆறாகப் பொழியத் தன்னை மறக்கிறவனே கோயிலுக்குச் சென்றதன் முழுப் பயனையும் பெற்றவன் ஆவான்.

சுந்தரமூர்த்தி நாயனார் நடராஜப் பெருமானைத் தரிசித்தபோது அவருக்கு உண்டான அநுபவத்தைச் சேக்கிழார் சொல்கிறார்.

"ஐந்துபே ரறிவும் கண்களே கொள்ள
அளப்பரும் கரணங்கள் நான்கும்
சிந்தையே ஆகக் குணம்ஒரு மூன்றும்
திருந்துசாத் துவிகமே ஆக இந்துவாழ்
சடையான் ஆடும்ஆனந்த
எல்லையில் தனிப்பெருங் கூத்தின்
வந்தபே ரின்ப வெள்ளத்துள் திளைத்து
மாறிலா மகிழ்ச்சியின் மலர்ந்தார்."

கோயிலுக்குச் சென்று வருபவர்களில் இந்த நிலையில் இருந்து மாறிலா மகிழ்ச்சியில் மலர்பவர் எவ்வளவு பேர்? ஆயினும் கோயிலில் சென்று தரிசிக்கும் முறையில் தரிசித தால் இந்த மகிழ்ச்சியை யாவரும் அடையலாம் என்பதில் சந்தேகம் இல்லை. சென்று தரிசிப்பவனுடைய உள்ளத்தில் ஒருவகைப் பசி வேண்டும். அப்போது அவனுக்கு இறைவனுடைய மூர்த்தி தரிசனம் முழுப் பயனையும் கொடுக்கும்.

கவிதையை நுகர்வதிலும் இப்படி உச்சமான நிலை ஒன்று உண்டு. சொல்லை மாத்திரம் பார்த்து நிற்பதில் பயனில்லை; சொல்லுக்கு அப்பால் அதன் பொருளை உணர வேண்டும். பொருளைத் தெரிந்துகொள்ளும் அளவோடு நின்றால் போதாது: அதற்கும் அப்பாலே உள்ள கருத்தையும் உணர்ச்சியையும் தெரிந்து கொள்ளவேண்டும். அப்படித் தெரிந்து கொண்டால் கூடக் கவிதையின் முழு இன்பத்தையும் அடைந்தவர்கள் ஆகமாட்டார்கள். அறியும் நிலை என்பது ஒன்று; உணரும் நிலை என்பது ஒன்று; நுகரும் நிலை என்பது ஒன்று. சொல்லிலே பரவிய பொருளைச் சிக்கறத் தெரிந்து கொள்வது அறியும் நிலை; சொல்லிலே பரவும் பொருளைத் தெரிந்துகொண்டு அதற்கு அப்பாலுள்ள தூய உணர்ச்சியை உணர்வது உணரும் நிலை; அந்த உணர்ச்சியைத் தெரிந்துகொண்டதன் விளைவாகத் தானும் அந்த உணர்ச்சியைச் சொந்த அனுபவத்திலே தேக்கும் நிலையே நுகரும் நிலை. அப்போது கவிதையை நுகர்பவன் அந்தக் கவிதையைப் பாடிய கவிஞன் எந்த அநுபவத்தில் நின்று பாடினானோ அந்த அனுபவத்தில் நிற்பான். பாடுவதற்கு முன் கவிஞன்பால் இருந்த அந்த அநுபவ நிறைவு அந்தப் பாட்டை உணர்ந்ததற்குப் பின் அவனிடம் உண்டாகிறது. அநுபவ நிறைவில் எழுந்தது

பாட்டு; அந்தப் பாட்டே அநுபவ நிறைவை உண்டாக்குகிறது. மரத்தில் விளைந்தது வித்து; அந்த வித்தே மரத்தை உண்டாக்குகிறது.

இந்தக் கவிதையநுபவம் உள்ளப் பண்புடையவர்க ளிடந்தான் உண்டாகும்; ஒருமைப்பாடும், உணரவேண்டும் என்ற பசியும், பரிவும் உடையவர்களிடந்தான் உண்டாகும். கவிதையை நுகர்ந்த இன்பத்தைப் பொறுத்தவரையில் கவிஞனே ஆகிவிடுகிறான் ரஸிகன் ; அநுபவத்தில் இருவரும் ஒத்து நிற்கிறார்கள். கவிதையிலுள்ள சொல்லும் பொருளும்

எங்கோ அடித்தளத்தில் நின்று விடுகின்றன. அவற்றைத் தாண்டிய உச்சி மாடியிலே, அவற்றையெல்லாம் அஸ்திவாரமாகப் போட்டு மறைத்த உப்பரிகையிலே, இன்பத் தென்றலை நுகர்கிறான் ரஸிகன்.

அந்த நிலையில் சொல்லை மறக்கிறான்; பொருளை மறக்கிறான்; பாடிய கவிகளை மறக்கிறான்; தன்னையே மறந்து விடுகிறான். தன்னை மறந்துபோகும் நிலைக்குத்தான் தூக்கம் என்று பெயர். தியானசமாதியிலே ஆழ்ந்தவரைப் போல, அஷ்டாங்க யோகம் செய்து ஒருமுகப்பட்டவரைப் போல, இந்தக் கவிதாருபவ சமாதியிலே அவன் ஒன்றி விடுகிறான்.

அவன் உள்ளத்திலே அப்போது அமுது கொப்புளிக்கிறது. ஒளி பொங்குகிறது. இறைவனே நடனமிடுகிறான். இயற்கையாக உள்ள இருள் இருக்குமிடம் தெரியாமல் ஓடி ஒளிந்துவிடுகிறது.

இறைவன் கவிதா சமாதியிலே ஆழ்கிறவனுடைய உள்ளத்திலே இருளே இல்லாமல் வாங்கி விடுகிறான். நல்ல கவிதைகளையே தனக்குக் கோயிலாகக் கொண்டவன் இறைவன். அழகிய பொருள்களெல்லாம் தானாக நிற்பவன் அவன். தம்மை மறப்பவரிடம் நான் என்று அவன். தம்மை வந்து விளையாடுபவன் அவன். ஆகையால் கவிதையாகிய கலைப் படைப்பில் ஆழ்ந்து தம்மை மறப்பவரிடம் அவன் விளையாடுகிறான். அவர்கள் உள்ளத்தை ஒளி நிலையமாக்கி விடுகிறான்.

இதை எதிர்மறை முகத்தால் அப்பர் சுவாமிகள் சொல்கிறார்.

சொற்பாவும் பொருள்தெரிந்து தூய்மை நோக்கித்

தூங்காதார் மனத்து இருளை வாங்கா தானை.

[சொல்லிலே பரவியிருக்கும் பொருளை அறிந்து அதனூடே உள்ள தூய உணர்ச்சியை உணர்ந்து அதனால் விளையும் அநுபவத்திலே நின்று தம்மை மறந்து தூங்காதவர்களின் மனத்தில் உள்ள அறியாமையாகிய இருளை வாங்காதவனை.

பாவம் - பரவியிருக்கும். தூய்மை என்றது இங்கே உணர்ச் சியை. இருள் - அறியாமை, வாங்குதல் - நீக்குதல்.]

சொல்லிலே பரவிய பொருளைத் தெரிவது அறிவு நிலை; உணர்ச்சியாகிய தூய்மையை நோக்குவது உணர்ச்சி நிலை; தூங்குவது நுகரும் நிலை.

இப்படி எதிர்மறையாகச் சொன்னாலும், 'சொற் பாவும் பொருள் தெரிந்து தூய்மை நோக்கித் தூங்குவார் மனத்திருளை வாங்கு வானை' என்ற கருத்தும் இதற்குள்ளே புதைந்து நிற்கின்றது. இருளை வாங்குவான் என்றாலும் ஒளியை நிறைப்பான் என்றாலும் ஒன்று தான். நல்ல கவிதையிலே ஒன்று பட்டு இன்பந் துய்க்கும் உள்ளம் இறைவன் திருவருளை ஏற்றுக்கொள்ளும் தூய்மையை உடையது என்ற கருத்தும் இதனாற் பெறப்படும்.

சோ ழநாட்டில் கீழ்வேளூர் என்னும் தலத்துப் பெருமானைப் பாடப் புகுந்த அப்பர் உள்ளத்தில் கவிதா சமாதியைப் பற்றிய சிந்தனைகள் தோன்றின. அந்தச் சமாதியிலே ஒன்றினவர் அப்பர். முந்தையோர் கவிகளையும் அவற்றில் இறைவன் திறம் பேசும் மணியனையு கவிகளையும் கற்றுத் தேர்ந்து அவற்றில் தம் உள்ளத்தைப் பறிகொடுத்துத் தம்மை மறந்து நின்றவர். அதனால் அந்த இன்பத்தை அவர் சொல்லலானார்.

இளமையிலிருந்தே சொற்பாவும் பொருள் தெரிந்து தூய்மை நோக்கித் தூங்கும் நிலை அவருக்கு வாய்க்கவில்லை. அதனால் இறைவனும் அவருடைய மனத்தில் இருந்த இருளை வாங்கவில்லை. அறிவுமிடுக்கினால் சொல்லும் பொருளுமாகிய எல்லைக்குள்ளே நின்று வாதமிட்டு வெல்லும் பேராற்றல் இருந்தது. ஆனால் பல கற்றும் தூய்மை நோக்கித் தூங்காமலே இருந்தார் அவர். நல்ல பான்மை இது, தீய பான்மை இது என்று அறியாதபடி வாழ்ந்தார். இறைவன் அவரை ஆட்கொண்டான். நல்ல பான்மையை அறிந்து நல்ல நெறியிலே செல்லும் வண்ணம் அருள் பாலித்தான். அதனால் கவிதா சமாதி

அவருக்குக் கைகூடியது. இதை நன்றியறிவோடு நினைக்கிறார் அப்பர்.

நற்பான்மை அறியாத நாயி னேனை
நன்னெறிக்கே செலும்வண்ணம் நல்கி னானை.

[நல்ல பகுதிகளை அறியாத நாய் போன்ற என்னை நல்ல நெறியிலே போகும்படி அருள் வழங்கியவனை.

பான்மை - குணமும் ஆம். பிறர் தீயது என்று கழித்த வற்றில் உள்ளம் செல்லுவதால் நாயினேன் என்று கூறினார். தான் வாந்தி பண்ணியதை மீட்டும் உண்ணும் இழிந்த இயல்பு யுடையது நாய், உயிர்களும் தாம் பல பிறவிகளில் துன்பமென்று அநுபவத்தில் உணர்ந்து வெறுத்தவற்றை மீட்டும் நாடிச் செல்லுவதால் நாயோடு ஒத்தனவாயின. நல்கினானை - கொடுத்தவனை; அருள் வழங்கினவனை.]

இறைவனுடைய புகழைப் பேசும் பாடல்களை நன்கு அறிந்து இன்புறுவது ஒரு வகை அவற்றை வாயாரப் பாடி ஆடி இன்புறுவது ஒரு வகை. அன்பர்கள் இந்த இரண்டு வகைகளிலும் ஈடுபடுவார்கள். தனித்திருந்து பாடற் பொருளில் உள்ளத்தைச் செலுத்தித் தூங்குவார்கள். தொண்டர் கூட்டத்தில் இருந்தால் எல்லாரோடும் சேர்ந்து, பிறர் ஏசுவார்களே என்ற நாணத்தை விட்டு வாயாரப் பாடி ஆடுவது அவர்கள் இயல்பு நாட்டில், இவ்வாறு பாடும் பஜனைக் கோஷ்டி பல உள்ளன.

திருஞானசம்பந்தரும் வாகீசப் பெருமானும் எப்போதும் தொண்டர் கூட்டம் தம்மைச் சூழத் தலந்தோறும் சென்று சென்று எங்கும் சிவமணம் கமழச் செய்தார்கள்.

திருக்கூட்டத்தில் உள்ள பக்தர்கள் இறைவன் புகழைப் பாடி ஆடிக் கண்ணீர் மல்கத் தம் வசமிழந்து இன்புற்றார்கள்.

இறைவனுடைய புகழாக அன்பர்கள் பாடிய பாடல்கள் பல உண்டு. ஆதலின் பாடுவாருக்குப் பாட்டுப் பஞ்சம் இல்லை.

அன்பர்கள் பலவகையான பாடல்களையும் பாடி மெய்ம்மறந்து ஆடிக் கீழே விழுந்து எழுவார்கள். தாயைப் பிரிந்த கன்று போலப் புலம்புவார்கள். தம் குறைகளை யெல்லாம் இறைவன்முன் எடுத்துச் சொல்லிப் புலம்புவார்கள். மனம் பாகாய் உருகத் தம்மை எளியராகவும் பாவியராகவும் சொல்லி நைந்து அரற்றுவது பக்தி நிலைகளில் ஒன்று. அழுங் குழந்தையின் பசியைப் போக்கும் தாயைப்போல் இறைவன் அவர்களுடைய பாவங்களையெல் லாம் போக்கி அருள் வழங்குவான்.

மேலும் மேலும் பாவத்தைச் செய்து சுமையாகச் சுமக்கும் இயல்பு உடையவை உயிர்கள். இறைவன் ஒருவனே அந்தப் பாவத்தைப் போக்கும் ஆற்றல் உடையவன். பாவத்தைச் செய்தவர்கள் அவற்றை உதறிவிட முயன்ற லும் போகா. உள்ளம் கரைந்து பாடியாடும் பக்குவத்தை யுடைய அடியார்களிடம் உள்ள பாவங்கள் கரைந்து போகும் வண்ணம் தன் அருளாணையினாலே செய்யும் சக்திமான் இறைவன் ஒருவன்தான்.

பற்பாவும் வாயாரப் பாடி ஆடிப்
பணிந்தெழுந்து குறைந்தடைந்தார் பாவம் போக்க
கிற்பானை.

[பலவகைப் பாக்களையும் வாய் நிரம்பப் பாடிக் கூத்தாடிக் கீழே விழுந்து பணிந்து எழுந்து, தம் குறைகளை எடுத்துச் சொல்லித் தன்னை அணுகினவர்களுடைய பாவத்தைப் போக்கும் ஆற்றலுடையவனை.

பற்பா என்றது இறைவனைப்பற்றிய பாக்களை; தூய்மை யான நினைவை உண்டாக்கும் தெய்வ மணம் கமழும் பாக்களை. பணிந்து - கீழே விழுந்து வணங்கி, குறைந்து - தம் குறைகளை எடுத்துச் சொல்லி; தம்மை மிக்க இழிந்தவர்களாகக் குறைத்துக் கூறி என்றும் சொல்லலாம். போக்ககிற்பான்-போக்கும் ஆற்றலை உடையவன்.கில் என்பது ஆற்றலைக் குறிக்கும் இடைச் சொல்.]

பல பாக்களையும் தெரிந்துகொண்டிருந்தாலும் அதை வெளிப்படையாகச் சொல்வதற்கு நாணம் தடையாக நிற்கும். இறைவனுடைய பெருமையையும் தம்முடைய சிறுமையையும் நன்கு உணர்ந்தவர்களுக்கு அந்த நாணம் தடையாக நில்லாது. அதிர்ந்து பேசாமல் இருக்கும் ஒரு பெண் விட்டில் தீப்பற்றினால் தன் தொண்டை கிழியத் தீத்தீத்தீ என்று நாணத்தை விட்டுக் கதறுவதுபோல், தமக்கு அமைந்த பிறப்பு இறப்பு என்னும் கடுந்துன்பங்களை உணர்ந்தவர்களுக்கு இறைவன் முன் வாயாரப் பாடுவதற்கு நாணம் உண்டாகாது. இந்த நிலை பக்தி முறுக முறுக உண்டாவது.

வாயாரப் பாடும் நிலைக்கு அடுத்தது ஆடும் நிலை. உடல் மறந்து கூத்தாடுவது அன்பர்களுக்கு இயல்பு. ஏதேனும் ஓர் உணர்ச்சி விஞ்சிவிட்டால் அது உடம்பிலே

மெய்ப்பாடாகத் தோற்றும். பக்தி உணர்ச்சி விஞ்சின போது ஆடுவார்கள். ஆடியவர்கள் அவசமாகி விழுவார்கள். விழுந்து எழுந்து புலம்புவார்கள். இந்த நிலைகளை முறையாக அப்பர் சுவாமிகள் எடுத்துச் சொல்கிறார்.

கவிதா சமாதியிலே தூங்குகிறவர்களின் உள்ளிருளை வாங்கி ஒளியை நிரப்புபவனும், அப்பர் சுவாமிகளை ஆண்டுகொண்டவனும், வாயாரப் பாடி ஆடும் பக்தர்களின் பாவத்தைப் போக்குபவனும் ஆகிய சிவபெருமான் கீழ் வேளூர் என்ற தலத்தில் எழுந்தருளியிருக்கிறான். மேல் திசையிலே வேறு சில வேளூர்கள் உண்டு. இது கீழ்த் திசையிலே இருப்பதால் கீழ் வேளூர் என்ற பெயரை உடையதாயிற்று.அங்கே இருந்து தன் அருளாட்சியை நடத்தும் பெருமானுக்குக் கேடிலியப்பன் என்பது திரு நாமம். அக்ஷயலிங்கம் என்பது வடமொழிப் பெயர். அவன் எக்காலத்தும் அழிவே இல்லாதவன்; கேடு இலி. அவன் தனக்கு ஒரு கேடும் இல்லாமல் இருப்பது பெரிதன்று. அவனை நாடி அடைகின்ற அன்பர்களும் கேடு இல்லாத நிலையை அடைவார்கள். காந்தத்திலே தேய்த்த இரும்பும் காந்தமாகிறது. மின்சாரக் கம்பியோடு இணைந்த வெறும் கம்பியும் மின்சாரக் கம்பி ஆகிவிடுகிறது. சிவனோடு இணைந்த சீவனும் அழியாத நிரதிசய இன்ப நிலையை அடை கிறது. கேடிலியை நாடிச் செல்லும் அவர்களும் கேடு இல்லாதவர் ஆகிறார்கள்.

கீழ்வேளூர் ஆளும் கோவைக்
கேடிலியை நாடும் அவர் கேடி லாரே.

[கீழ்வேளூரில் இருந்து அருளாட்சி புரியும் தலைவனைக் கேடிலியப்பனை மனத்தாலே நாடிச் சென்று அடைகின்ற அவ் வன்பர்கள் கேடு இல்லாதவ ராவர்.
கோ - தலைவன், கேடு என்றது பிறப்பும் இறப்பும் உடைய ராகி நிற்கும் நிலையை. கேடு இலார் என்றது என்றும் அழியாத இன்ப வீட்டைப் பெற்று நிற்பர் என்றபடி.]

கவிதையிலே ஊன்றி நின்று அதன் வழியே இறைவன் பெருமையை உணர்வதும், கவிதையை வாயாரப் பாடியாடி இன்புறுவதும் இறைவன் அருளை நமது காணியாக்கும் காரியங்கள். அதனால்தான் சைவசமய ஆசாரியர்களும் ஆழ்வார்களும் இறைவனைப் புகழ்ந்து கவிதை வெள்ளத் தைப் பொழிந்தார்கள். அவற்றிலே ஊறின உள்ளம் அடையும் இன்பம் இறைவனுடைய அருளின் தொடர்பு உடையது; இறைவனோடு ஒன்று படும் பேரின்பத்துக்கு வாயிலாக உதவுவது,

சொற்பாவும் பொருள்தெரிந்து தூய்மை நோக்கித்
தூங்காதார் மனத்து இருளை வாங்கா தானை
நற்பான்மை அறியாத நாயி னேனை
நன்னெறிக்கே செலும்வண்ணம் நல்கி னானைப்
பற்பாவும் வாய்ரப் பாடி ஆடிப்
பணிந்து எழுந்து குறைந்து அடைந்தார் பாவம் [போக்க
கிற்பானைக் கீழ்வேளூர் ஆளும் கோவைக்
கேடிலியை நாடும் அவர் கேடி லாரே.

இந்தப் பாசுரம் ஆறாந் திருமுறையில் 67-ஆம் திருப் பதிகத்தின் இரண்டாம் பாடல்.

★ ★ ★

9 788198 881434